Ni siku gani ya Sabato, Jumamosi au Jumapili?

Torati = Amri Kumi+ Sheria 613 + Hukumu Zake

Dr. Maxwell Shimba

Shimba Theological Institute
Printed in the United States of America

TABLE OF CONTENTS

UTANGULIZI

Watu wengi hujiuliza juu ya 'sabato' – Je, tukusanyike siku gani kati ya jumamosi au jumapili? Sawasawa na Agano Jipya, jumapili inaitwa 'siku ya kwanza ya juma' na inafuata 'Sabato', yaani, 'jumamosi'.

"Hata sabato ilipokwisha, kupambazuka siku ya kwanza ya juma, Mariamu Magdalene, na Mariamu yule wa pili, walikwenda kulitazama kaburi." (Mathayo 28:1). "Naye alipofufuka alfajiri siku ya kwanza ya juma…". (Marko 16:9).

Hii 'siku ya kwanza ya juma' ndiyo siku ambayo Bwana Yesu alifufuka kutoka wafu, ingawa ni wazi kuwa Wakristo walikuwa na desturi au walianzisha desturi ya kukusanyika jumapili, yaani, 'siku ya kwanza ya juma'. Maneno haya yanadhibitishwa na mistari hii, "Hata siku ya kwanza ya juma, tulipokuwa tumekutana ili kuumega mkate, Paulo akawahutubu…" (Matendo 20:7). "Siku ya kwanza ya juma kila mtu kwenu na aweke akiba kwake, kwa kadiri ya kufanikiwa kwake; ili kwamba michango isifanyike hapo nitakapokuja…" (1 Wakor.16:2).

Hata hivyo, hakuna agizo katika Agano Jipya, kwamba lazima tukusanyike jumapili, lakini tunao mfano wa desturi ya Wakristo wa wakati wa mitume, na desturi hiyo inaendelea mpaka sasa. Desturi hiyo haikuanza tu karne ya tatu baada ya kufa na kufufuka kwa Yesu, bali ilikuwa desturi ya waumini kuanzia mwanzo wa kanisa la Bwana! Katika Agano Jipya hamna mstari hata mmoja usemao wakristo walikusanya siku ya sabato au ilikuwa desturi yao au wala sheria ya wakristo kufanya hivyo!

Kwa kweli ni jambo la kushangaza kwa sababu wengine wanadai kuwa tungekusanyika 'jumapili' – kwa Kiingereza 'Sunday' – ina maana tunaabudu sanamu, kwa sababu wanasema 'Sunday' inamaanisha siku ya 'jua'! (sun=jua; day=siku). Warumi waliiita siku hiyo kwa 'kuliheshimu' jua. Kama tulivyoona, wakristo wa wakati wa mitume walikusanyika jumapili kabla ya jina 'Sunday' halijatokea! Zaidi ya hayo watu wa mataifa pia waliita majina ya siku kwa kadiri walivyopenda. Lakini ukweli uko wazi kabisa kuwa jambo hili haliwahusu wakristo wala imani yao! Kwa Kiingereza Jumamosi inaitwa 'Saturday' ambayo inatokana na Warumi ambao waliiita siku hiyo 'Siku ya sayari Zohali' (dies Saturni) kwa sababu Warumi waliheshimu sayari Zohali. Kwa hiyo, ina maana wasabato wanaabudu sayari Zohali? Je, wasabato wanakosa kwa kuabudu sanamu? Ni jambo la kushangaa kwa sababu watu wanajadiliana mambo yasiyo na maana wala msingi wowote, kwa maneno tu yasiyo na mantiki yoyote.

Lengo la somo hili ni kuonyesha hamna sheria katika Agano Jipya ambayo inatufundisha lazima tukusanye jumamosi. Kufanya hivyo ni kosa kubwa na udanganyifu. Lengo la somo hili siyo kutufundisha lazima tukusanyike jumapili. Nilinukulu mistari kuonyesha ilikuwa desturi ya wakristo kusanyika hasa jumapili. Lakini siyo sheria. Mwanzoni wakristo walikusanyika hata kila siku! Matendo ya Mitume 2:46. Ya mwisho, lengo la somo hili ni kuonyesha na kueleza tabia ya wokovu wetu ndani ya Kristo Yesu na vipi fundisho lile la kushika sabato linavyopinga lengo la Mungu kupitia Mwanawe. Ni wazi kumpenda Mungu, kumwamini, kumtii na kumabudu ni jambo la kila siku, kila wakati na kila nafasi – siyo la jumapili tu!

Shimba Theological Institute
Dkt. Maxwell Shimba

NI SIKU GANI YA SABATO, JUMAMOSI AU JUMAPILI?

Ni siku gani ya Sabato, Jumamosi au Jumapili? Je, Wakristo wastahili kuitunza hii siku?

Sabato (kwa Kiebrania: שבת, shabbāt, yaani pumziko kwa Kiswahili) ni siku ya pumziko ya kila juma katika Uyahudi kwa ujumla na hasa katika nchi ya Israeli.

Kumekuwa na maswali mengi sana kutoka imani tofauti kuhusu hii siku ya Jumamosi. Wafuasi wa dini na imani zote wanao fuata Torati wanajiuliza kuhusu Sabato, je, Mwenyezi Mungu anaikubali Jumamosi tu kama siku ya ibada? Katika Agano Jipya, tunajifunza kuwa siku ya Jumapili inaitwa siku ya kwanza ya juma na walio amini walikusanyika katika siku hii ya Jumapili. *Matendo 20: 7 Hata siku ya kwanza ya juma, tulipokuwa tumekutana ili kumega mkate, Paulo akawahutubu, akiazimu kusafiri siku ya pili yake, naye akafuliza maneno yake hata usiku wa manane.*

Siku ya kwanza ya juma ni Jumapili na hii ni siku ambayo walio mwamini Yesu walikusanyika na kuabudu. Huu ni ushaidi wa kuonekana kwa macho ambao Wakristo wanaabudu Jumapili tokea Karne ya kwanza.

"Hata sabato ilipokwisha, kupambazuka siku ya kwanza ya juma, Mariamu Magdalene, na Mariamu yule wa pili, walikwenda kulitazama kaburi." *(Mathayo 28:1).* "Naye alipofufuka alfajiri siku ya kwanza ya juma...". *(Marko 16:9).*

Bwana Yesu alifufuka kutoka wafu katika siku ya kwanza ya Juma. Zaidi ya hapo, tumesoma nyaraka za Mtume Paulo zikionyesha kuwa Wakristo wa kwanza walikuwa wakikusanyika siku ya kwanza ya Juma, yaani Jumapili. *"Hata siku ya kwanza ya juma, tulipokuwa tumekutana ili kuumega mkate, Paulo akawahutubu..."* *(Matendo 20:7).* *"Siku ya kwanza ya juma kila mtu kwenu na aweke akiba kwake, kwa kadiri ya kufanikiwa kwake; ili kwamba michango isifanyike hapo nitakapokuja..."* *(1 Wakorintho16:2).*

Zaidi ya hapo, hatusomi na wala hakuna amrisho ndani ya Agano Jipya kuhusu wauminia yaani Wakristo ni lazima wakutane kwenye hii siku ya kwanza ya Juma, "Jumapili", lakini tunao mfano wa siku ambayo Wakristo wa kwanza "Kanisa la Kwanza wakati wa Pentekoste", na utamaduni huo wa kuabudu Jumapili unaendelea mpaka sasa. Zaidi ya hapo, ukisoma Agano Jipya kwa umakini utaona kuwa *Wakristo wa kwanza hawakukusanyika siku ya Jumamosi,* nikimaanisha kuwa, hakuna aya ambayo inasema moja kwa moja kuwa Wakristo walikusanyika siku ya Sabato au kulikuwa na utamaduni au desturi au mila au sheria inayo walazimisha kukutana siku ya Sabato.

Bali wengine wanadai kuwa agizo la Constantino katika mwaka wa 321 A.D (Baada ya Yesu kuzaliwa) ilibadilisha Sabato kutoka Jumamosi hadi Jumapili. Ni siku gani Kanisa la kwanza lilikutana kwa ibada? Bibilia haitaji mkusanyiko wowote wa sabato (Jumamosi) kwa waumini kwa minajili ya ushirika au ibada. Ingawa, kuna kurasa wazi zinazoitaja siku ya kwanza ya juma. Kwa mfano

Matendo Ya Mitume 20:7 ambayo yasema, "Hata siku ya kwanza ya juma, tulipokutana ili kumega mkate." Katika 1 Wakorintho 16:2 Paulo anawasihi Wakristo wa Korintho, "Siku ya kwanza ya juma kila mtu kwenu na aweke akiba kwake, kwa kadri ya kufanikiwa kwake." Jinsi Paulo anayataja haya matoleo kuwa "huduma" katika 2 Wakorintho 9:12, haya matoleo lazima yamehuzishwa na ibada ya siku ya Jumapili ya Wakristo. Kiistoria siku ya Jumapili, bali si Jumamosi ilikuwa siku iliyokubalika kwa Wakristo katika kanisa na matukio yao yaweza kufuatwa hadi wakati wa kanisa la kwanza.

Wapinga Ukriso na dini zingine kama Waislam wanaihusisha siku ya Jumapili na waabudu JUA, kwa kufanya tafsiri ya neno la Kiingereza 'Sunday' – waligawa Neno "Sunday" kwa kutenganisha "Sun" na "Day" [SUN = JUA NA DAY = SIKU] Na kuja na jibu kuwa wale wote wanao abudu Jumapili basi wao wanamwabudu Mungu JUA, ingawa tuna uthibitisho tosha kuwa Wakristo wa kwanza walimwabudu Yesu ambaye alikufa kwa ajili ya dhambi zetu na SIO MUNGU JUA kama wanavyo dai. Ili kufahamu kwanini kuna siku hizi za wiki na maana yake, ni vyema kuangalia msingi wa hizi siku na jinsi walivyo ziweka. MFANO: Tuiangalie siku ya JUMAMOSI ambayo kwa Kiingereza ni SATURDAY, je, hili jina walilipataje? Kutokana na Warumi siku hii ya SATURDAY iliitwa kutokana na SAYARI YA ZOHALI yaani (dies Saturni) kwa sababu Warumi wa wakati huo waliheshimu sayari Zohali. Sasa, kama tukitumia utaalam huo huo wa kuhusisha siku na Imani au dini, Je, inamaanisha kuwa Wasabato "SDA" wao wanaamini na ua abudu Sayari Zohari?

Ndugu msomaji, nimeamua kufundisha hili somo kwa kujibu maswali mengi sana yanayo ulizwa na

Wasabato kwanini tunaabudu Jumapili na kutuhukumu kuwa tunavunja sheria za Musa. "Mosaic covenant/laws"

Sasa soma aya hizi hapa chini kwa ufasaha:

Warumi 14.5 Mtu mmoja afanya tofauti kati ya siku na siku, mwingine aona siku zote kuwa sawasawa. Kila mtu na athibitike katika akili zake mwenyewe. 6 Yeye aadhimishaye siku, huiadhimisha kwa Bwana; naye alaye, hula kwa Bwana, kwa maana amshukuru Mungu; tena asiyekula, hali kwa Bwana, naye pia amshukuru Mungu.

Ndugu zanguni, kutokana na Warumi 14, tumewekwa huru kuchagua siku ya kuabudu, na nini tule au tusile, hivyo hivyo ni kuadhimisha kwa Bwana. Hivyo basi, hakuna kosa lolote lile mtu anapo sali Jumamosi au Jumapili au Jumatatu, au siku yeyote ile ya wiki. Mungu wetu yupo kila siku na siku zote alizumba yeye.

Matendo ya Mitume 2: 46 Na siku zote kwa moyo mmoja walidumu ndani ya hekalu, wakimega mkate nyumba kwa nyumba, na kushiriki chakula chao kwa furaha na kwa moyo mweupe,

Unaona hiyo aya hapo juu inavyo sema? Je, Jumatatu imekosekana kwenye hiyo aya, vipi kuhusu Jumanne? Ndio maana nilisema sisi tumewekwa huru kutokana laana ya sheria na sasa tupo huru kuabudu Mungu siku yeyote ile. Mungu si wa Ijumaa tu au Jumamosi tu au Jumapili tu. Mungu ni wa kila siku.

Kwanini unapenda mafunzo ambayo ni dhaifu?

Wagalatia 4:8 Lakini wakati ule, kwa kuwa hamkumjua Mungu, mliwatumikia wao ambao kwa asili si miungu. *9 Bali sasa mkiisha kumjua Mungu, au zaidi kujulikana na Mungu, kwa nini kuyarejea tena mafundisho ya kwanza yaliyo manyonge, yenye upungufu, ambayo* mnataka kuyatumikia tena? 10 Mnashika siku, na miezi, na nyakati, na miaka.

Mtume Paulo anatukumbusha kuwa, mafunzo ambayo tulikuwa tunayafuata kabla ya kukombolewa na Yesu yalikuwa dhaifu. Sasa tumejazwa na Roho Mtakatifu ambaye ndie Mwalimu wetu Mkuu. Basi tushikamane naye na tujifunze kutoka kwake.

SURAH 02

KWANINI BWANA YESU ALIINGIA KWENYE SINAGOGI SIKU YA JUMAMOSI "SABATO"?

Kabla sijaanza kuelezea kwanini Yesu aliingia Sinagogi, ni vyema tukafahamu angalau kifupi maana ya Sinagogi.

Sinagogi ni nyumba ya dini na ya jamii ya Wayahudi inayotumika hasa kusali. Jina hili Sinagogi linatokana na neno la Kigiriki συναγωγή sinagoge, likimaanisha "mkutano"; ni tafsiri ya neno la Kiebrania בית כנסת beit knesset, yaani "nyumba ya mkutano".

Wayahudi hutumia pia neno la Kiyiddish "shul" (=shule) kutajia sinagogi.

Sasa basi, baada ya kulewa maana ya Sinagogi, huto shangaa kuwa Wayahudi ndio watumiaji wa hayo Masinagogi na waliingia siku ya Saba "Sabato" kusali au kusoma "Shule" kama ambavyo neno hili hutamkwa katika Kiyiddish.

Hivyo, basi, haikuwa jambo la ajabu au kustaabisha tunapo soma kuwa Bwana Yesu aliingia ndani ya Masinagogi ili awafundishe Wayahudi kuhusu Ufalme wa

Mbinguni. *"Luka 4:16. alipokwenda hapo alipozaliwa Nazaret alipozaliwa na Siku ya Sabato (Jumamosi) alikwenda katika Sinagogi kama Ilivyokuwa Desturi Yake. Akasimama ili asome 17. akapewa kitabu cha nabii isaya akafunua mahali palipo andikwa "Roho wa Bwana yuu Juu Yangu". Amenipaka mafuta Kuhubiriia maskini Habari njema"*

Basi Wasabato wanapo soma hiyo aya teyari wanasema kuwa Yesu aliitunza Sabato kwasababu aliingia Sinagogi siku ya Saba ya Juma = Jumamosi. Haya madai hayana nguvu yeyote ile bali ni madai dhaifu. Kuingia Sinagogi siku ya Jumamosi hakukufanyi na au hakumfanyi mtu kuwa Msabato.

Hili dai la kuingia Sinagogi naweza kulifananisha na dai la Waislam kuwa, eti, Yesu aliingia Sinagogi na hivyo Yesu ni Muislam. Waislam wao wana hoja ya kuwa Sinagogi ni Msikiti, basi ukiingia kwenye Sinagogi basi wewe ni Muislam huku Wasabato wana hoja ya kuwa Yesu kaingia Sinagogi siku ya Jumamosi, basi Yesu ni Msabato. Hoja zote mbili za Waislam na Wasabato ni dhaifu.

Wakristo wa mwanzo hawakutumia Sinagogi katika ibada zao ndio maana Bwana wetu Yesu Kristo alisema hivi: Kwa mfano, baada ya kumtakasa mtu yule aliyejaa ukoma, Yesu alimwambia, "Asimwambie mtu, ila, Nenda ukajionyeshe kwa kuhani; ukatoe kwa ajili ya kutakasika kwako kama Musa alivyoamuru, iwe ushuhuda kwao." (Luka 5:14). Haya maneno yanaashiria kuwa Yesu alipo fanya huu muujiza hakuwa kwenye Sinagogi na ndio maana alimwambia Nenda ukajionyeshe kwa kuhani; ukatoe kwa ajili ya kutakasika kwako kama Musa alivyoamuru, iwe ushuhuda kwao." (Luka 5:14)

Hiki ni kipindi ambacho ni cha kiimani zaidi. Kimsingi hiki ni kipindi ambacho kinaendelea hadi sasa. Huu ni wakati wa kupumzika kazi za mwili za uovu, yaani kuacha dhambi na kuishi kwa kumtegemea Kristo. Ni maisha ya imani.

Imeandikwa: Njoni kwangu ninyi nyote wenye kulemewa na mizigo nami nitawapumzisha. (Matayo 11.28), yaani, nitawapa 'sabato'. Pia ndiyo maana ya andiko lisemalo: Kwa maana Mwana wa Adamu ndiye Bwana wa Sabato. (Matayo 12:8). Sabato iko kwake, si kwenye siku.

Ni maisha ya kujiachia mikononi mwa Mungu ambaye yeye ndiye anayeshughulikia kila kitu katika maisha yetu. Kazi yetu ni kuamini tu kuwa atafanya; naye hakika anafanya. Hilo ndilo pumziko! Hiyo ndiyo raha! Hiyo ndiyo starehe! Hiyo ndiyo Sabato!

Sabato Si Siku

Upo ushahidi wa kutosha katika Biblia unaoonyesha kwamba sabato si siku katika juma. Bwana anapoongelea kuhusu safari ya wana wa Israeli anasema:
Kwa hiyo nalichukizwa na kizazi hiki, nikasema, Siku zote ni watu waliopotoka mioyo hawa ... hawataingia rahani mwangu. (Waebrania 3:10-11).
Pia imeandikwa: *Maana ameinena siku ya saba mahali fulani hivi, Mungu alistarehe siku ya saba, akaziacha kazi zake zote; na hapa napo, Hawataingia rahani mwangu. (Waebrania 4:4-5).*
Katika maandiko haya Mungu anasema kwamba, kutokana na kukasirishwa na uasi wa wana wa Israeli kule

jangwani, alimua kwambahawataingia kwenye raha aliyokuwa amewaandalia. Neno rahani hapa, au kwa Kiingereza rest, ndilo hilohilo sabato. Ndiyo maana hapo juu katika Waebrania 4:4-5, anahusisha siku ya saba na kuingia rahani.

Lakini hebu tujiulize maswali yafuatayo ili tuweze kupiga hatua zaidi.

• *Je, Israeli walipokuwa jangwani kwani hawakuwa wakitunza Sabato kama siku?* Jibu ni ndiyo, waliitunza. Biblia inasema: *Basi ikawa siku ya sita wakaokota kile chakula sehemu mara dufu, kila mtu pishi mbili; na wazee wote wa mkutano wakaenda na kumwambia Musa. Akawaambia, Ndilo neno alilonena BWANA, Kesho ni starehe takatifu, Sabato takatifu kwa BWANA ... (Kutoka 16:22-23).*

• *Kama basi waliitunza sabato, iweje tena Mungu aseme, 'Hawataingia rahani mwangu'?* Kama ingekuwa ni kumwuliza Mungu, mtu ungesema, "Bwana, unasemaje hawataingia rahani mwako wakati kila siku ya saba wanapumzika?" Hii ni ishara ya wazi kwamba sabato hasa si kupumzika au kutofanya kazi kimwili katika siku ya saba. Sabato ni jambo jingine tofauti na siku ya saba. Iko sabato halisi ambayo siku ya saba na kupumzika kwake vilikuwa ni kivuli chake tu.

• Jambo jingine la kujiuliza ni kwamba, japo ni kweli kwamba wale ambao Mungu alisema hawataingia rahani mwake walifia wote jangwani, lakini walikuwapo wengine wengi walioingia, yaani watoto wao. Sasa je, hao walioingia waliipata hiyo raha (Sabato)?

Mtu anaweza kujibu, Ndiyo, maana sote tunajua kuwa hata wakati alipokuja Bwana Yesu, alikuwa akifundisha mara nyingi kwenye masinagogi 'siku ya

Sabato'. Kwa hiyo, mtu anaweza kusema, 'Ndiyo, waliingia kwenye raha au kwenye sabato.'

Hebu sasa tumsome Mtume Paulo:

Kwa hiyo mtume Paulo anafundisha kuwa ni jambo la udanganyifu kuwafundisha watu washike siku ya Sabato. Kwa sababu ya wokovu wetu ndani ya Kristo (Wakolosai 2:11-15) Paulo anasema, "Basi, MTU ASIWAHUKUMU ninyi katika vyakula au vinywaji, au kwa sababu ya sikukuu au mwandamo wa mwezi, au SABATO; mambo hayo ni kivuli cha mambo yajayo; bali mwili ni wa Kristo." (Mstari wa 16).

Paulo anaanzisha mstari huo na neno hili, "Basi." Kwa nini? Kwa sababu ya mistari 14 na15, "(Yesu) akiisha kuifuta ile hati iliyoandikwa ya kutushitaki kwa hukumu zake, iliyokuwa na uadui kwetu; akaiondoa isiwepo tena, akaigongomea msalabani; akiisha kuzivua enzi na mamlaka, na kuzifanya kuwa mkogo kwa ujasiri, akizishangilia katika msalaba huo."

Walikuwepo watu wa dini – kama tunavyojua kwa kusoma hasa Matendo na Wagalatia – waliotaka wakristo waishi chini ya sheria, yaani, kushika mambo ya nje ya torati; kwa mfano watahiriwe au washike 'siku' ya torati. Paulo anafundisha hapo kama mtu akisema, "Lazima ushike sabato ili kumpendeza Mungu au kuokoka 'kweli', usimruhusu akuvute chini ya sheria hiyo na humjali kama anakuhukumu! Tunasoma kwenye Matendo 15 na Wagalaia juu ya watu waliojaribu kupotosha njia ya Ukweli kwa kuwalazimisha waumini wayarejee mambo ya torati ya Musa. Ni vivyo hivyo siku hizi. Wasabato wanawahukumu wakristo kwa sababu hawashiki siku ya sabato! Paulo aliwaonya wakristo juu ya watu wa dini kama hao hao!

Hayo ni mafundisho ya Agano Jipya. Hatuwezi kusema au kufundisha kwamba ni lazima tukusanyike siku ya Sabato (jumamosi). Kama fulani akifundisha hivyo anawadanganya watu, sawasawa na maneno ya Paulo. Au je, tunataka kusema Paulo alifundisha uongo? Au tunataka kutumia mstari mmoja dhidi ya mstari mwingine kana kwamba Biblia siyo neno la Mungu? Mistari yote ina muktadha (mazingira) yake! Nani aliyekupa wewe ruhusa na mamlaka kupendelea mstari mmoja na kuudharau mstari mwingine au kutokujali kabisa? Hakika hiyo haitokani na Mungu.

Ndugu msomaji, ningependa ufahamu kuwa wokovu wetu sisi Wakristo upo ndani ya Yesu Kristo, siyo kwa kushika Torati ya Musa kama ambavyo WASABATO "SDA" wanavyo amini, siku haina uwezo wowote ule katika maisha yako, lakini, Yesu ndie muweza wa kila kitu na yeye ndie aliye iumba hiyo siku ya saba ya Juma.

Wasabato hutumia hii aya kumhukumu Mtume Paulo kuwa alifundisha uongo Kwa mfano wananukuu, *'Imeandikwa katika Kutoka 20:8-11 lazima tushiike sabato!'* Sasa, inamaana Mtume Paulo alikuwa anafundisha uongo alipo sema tuna haki ya kumtukuza na kumwabudu Mungu siku yeyote ile?

Mtume Paulo anatueleza kiuwazi kuwa, ni vigumu sana kumfuata Yesu kwa asilimia 100 na wakati huo huo unafuata sheria za Musa. Hebu tusome jinsi Mtume Paulo alivyo ianza baruka yake kwa Wagalatia "Nastaajabu kwa kuwa mnamwacha upesi hivi yeye aliyewaita katika neema ya Kristo, na kugeukia injili ya namna nyingine. Wala si nyingine; lakini wapo watu wawataabishao na kutaka kuigeuza injili ya kristo. Lakini ijapokuwa sisi au malaika wa mbinguni atawahubiri ninyi injili yo yote isipokuwa hiyo tuliyowahubiri, na alaaniwe. Kama tulivyotangulia kusema, na sasa, nasema tena, mtu awaye yote akiwahubiri ninyi injili yo yote isipokuwa hiyo mliyoipokea, na alaaniwe."

Hapa ni wazi kuwa Mtume Paulo alikuwa anaongea juu ya waumini ambao walikuwa wanataka kufuata sheria ya Musa. Ndio maana tunamsoma Mtume Paulo akitumia lugha au maneno makali kwa Wagalatia.

Hii tabia ya watu kupenda kushika sheria za Musa tunaiona kwa kanisa la SDA ambalo wanafuata sheria za Musa na kusahau kuishi kwa Imani kama jinsi ambayo Biblia inatufundisha katika Waebrania 11:6 Lakini pasipo imani haiwezekani kumpendeza; kwa maana mtu amwendeaye Mungu lazima aamini kwamba yeye yuko, na kwamba huwapa thawabu wale wamtafutao.

Paulo alihuzunishwa sana, kwa sababu anasema wazi hivi "…..*sasa mkiisha kumjua Mungu, au zaidi kujulikana na Mungu, kwanini kuyarejea tena mafundisho ya kwanza yaliyo manyonge, yenye upungufu, ambayo mnataka kuyatumikia tena? Mnashika siku, na miezi, na nyakati, na miaka."(Wagalatia 4:9,10).*

"Maana yale yasiyowezekana kwa sheria, kwa vile ilivyokuwa dhaifu kwa sababu ya mwili, Mungu, kwa kumtuma "Yesu Kristo" Mwanawe mwenyewe katika mfano wa mwili ulio wa dhambi, na kwa sababu ya dhambi, aliihukumu dhambi katika mwili; Ili haki ya Torati yatimizwe ndani yetu sisi, tusioenenda kwa kufuata mambo ya mwili, bali mambo ya roho." (Warumi 8:3,4).

Kwa hiyo, mtume Paulo anasisitiza, "Basi, mtu asiwahukumu ninyi katika vyakula au vinywaji, au kwa sababu ya sikukuu au mwandamo wa mwezi, au SABATO."

Ningependa ufahamu kuwa kiwango cha haki ya Injili ya Yesu Kristo KIPO JUU ZAIDI ya kiwango cha Torati ya Musa. Imeandikwa, "torati ilitolewa kwa mkono wa Musa; neema na kweli zilikuja kwa mkono wa Yesu Kristo." Yohana 1:17:

SWALI KWAKO MSOMAJI, wewe unaishi kwa uongozi wa NEEMA YA YESU KRISTO AU UONGOZI WA TORATI YA MUSA?

Kumbuka kuwa sheria ambayo ipo nje yako haiwezi kuishinda neema ya Yesu ambayo inaishi ndani yako.

Je, Yesu alivunja Sabato?

Hebu tuangalie mifano kadhaa hapa:

Mfano wa 1

Yesu alipomponya mtu ambaye alikuwa hawezi kwa muda wa miaka 38, alimwambia 'jitwike godoro lako, uende.' (Yohana 58). Hii ilikuwa ni siku ya sabato.

Lakini tunaona kwamba Wayahudi walipomwona mtu huyo walimwambia, Leo ni sabato, wala si halali kwako kujitwika godoro. (Yohana 5:10). Bila shaka walisema hivi kwa kuwa walifahamu fika jinsi sabato inavyotakiwa kutunzwa.

Hii ni kusema kwamba, kwa kadiri ya kanuni za utekelezaji wa sabato, hili lilikuwa ni kosa. Sasa, swali ni kwamba, kwa nini Yesu alivunja sabato kwa kumruhusu yule mtu abebe godoro?

Mfano wa 2

Wayahudi walipomkasirikia Yesu kwa sababu ya kumruhusu yule mtu kubeba godoro siku ya sabato, Bwana Yesu aliwajibu kwamba: Baba yangu anatenda kazi hata sasa, nami ninatenda kazi. (Yohana 5:17). Haya ni maneno ya ajabu sana. Wewe uliye Mungu ulituambia kwamba siku ya sabato tusifanye kazi bali tupumzike; tumemwona mtu anafanya kazi ya kubeba godoro, tumekuja kwako, lakini wewe si tu kwamba hukumkemea, bali unasema tena kwamba na wewe unafanya kazi hata sasa (siku ya sabato)!

Kama sabato hasa ni kuacha kufanya kazi, iweje tena Yesu atamke jambo ambalo ni wazi kabisa linavunja sheria aliyoiweka mwenyewe ya kutofanya kazi; yaani aseme kuwa hata sasa yeye anafanya kazi?

Mfano wa 3

Siku moja Yesu aliingia kwenye Sinagogi ambamo mlikuwamo mwanamke mwenye pepo wa udhaifu. Yesu alimponya mama yule.

Hata hivyo, Biblia inasema: Basi mkuu wa Sinagogi alikasirika kwa sababu Yesu amemponya mtu siku ya sabato, akajibu, akawaambia mkutano, Kuna siku sita zifaazo kufanya kazi, basi njoni mponywe katika siku hizo, wala si katika siku ya sabato. (Luka 13:14).

Maneno haya ya mkuu wa sinagogi yanatuonyesha kwamba, jambo alilofanya Yesu lilikuwa ni kuvunja sabato. Swali ni lilelile, kwa nini Yesu alivunja sabato?

Tunafahamu kuwa maandiko yanasema kwamba kuvunja sabato ni dhambi, tena ambayo iliadhibiwa vikali sana. Na katika mifano hiyo hapo juu, tunaona kwamba Yesu alivunja sabato kwa kufanya mambo ambayo jamii nzima ilikuwa haiyafanyi siku ya sabato. Kwa harakaharaka, mtu anaweza kusema kwamba, Yesu alitenda dhambi.

Lakini wakati huohuo, maandiko yanasema kwamba, katika kuishi kwake kote hapa duniani, Bwana Yesu hakuwahi kutenda dhambi. (Waebrania 4:15).

Swali la kujiuliza hapa ni kwamba, iweje uvunje sabato, jambo ambalo ni dhambi, halafu uhesabiwe kuwa hujatenda dhambi? Pili, iweje wewe ambaye ndiye ulisema watu wapumzike siku ya sabato, ndio uwe wa kufanya kinyume na agizo lako mwenyewe? (Maana Yesu ndiye Mungu aliyeagiza sheria ya sabato ifuatwe). Iweje hapa yeye ndiye awe wa kuivunja?

Hapa jibu ni moja tu. Sabato si siku katika juma! Kama sabato ingekuwa ni siku katika juma, Bwana Yesu angekuwa na hatia ya kuvunja sabato, maana ni wazi kuwa alitenda mambo ambayo ni kinyume na sabato kama siku!

Lakini kwa sababu sabato ina maana tofauti na siku, ndiyo maana aliruhusu mtu yule abebe godoro siku sabato; ndiyo maana hakuwa na tatizo na uponyaji siku ya sabato; ndiyo maana hakuwa na tatizo na wanafunzi kukwanyua masuke mashambani!

Je, kuabudu siku ya sabato au jumamosi ni vibaya?

SURAH 03

MAFARISAYO WALISEMA NINI KUHUSU YESU KRISTO?

Baada ya kusoma Bwana Yesu Kuingia kwenye Sinagogi, sasa tuwaangalie Mafarisayo nini walisema kuhusu Yesu Kristo.

Nitaanza na kuwalezea maana ya Mafarisayo. Je, Mafarisayo ni akina nani hasa? Mafarisayo waliunda madhehebu mojawapo ya Uyahudi ambayo wakati wa Yesu Kristo liliweza kufikia 5% ya Wayahudi wote, lakini lilikuwa na athari kubwa katika jamii yao, kutokana na sifa ya kuwa wanadini hasa. Jina lenyewe lina maana ya waliojitenga (na wakosefu) ili kushika kiaminifu masharti yote ya Torati ya Musa.

Mafarisayo wanajulikana hasa kutokana na Injili ambazo zinawataja kwa kawaida kama wapinzani wa Yesu, ingawa yeye alikuwa anakubaliana nao katika mafundisho mengi ya imani tofauti na yale ya Masadukayo, madhehebu nyingine kubwa iliyokuwa na wafuasi hasa kati ya makuhani.

Mafarisayo walianza mwishoni mwa karne ya 2 K.K. na kuendelea kustawi hadi mwaka 70 B.K. , ambapo Yerusalemu iliteketezwa na Warumi. Maangamizi ya hekalu yalivunja nguvu ya Masadukayo na kuwaachia Mafarisayo uongozi wa dini yao.

Mafarisayo ambao walikuwa WADINI au naweza kusema wenye siasa kali katika dini [utunzaji wa torati ya Musa], walimshitaki Yesu Kristo kwa Makuhani kwa kuwahusu wanafunzi wake wavunje sheria ya Musa ikiwa ni pamoja na kuvunja sabato (Marko 2:23-28). Ikimaanisha kuwa, mbele ya macho ya hawa Mafarisayo, Bwana Yesu na Wanafuzi wake walikuwa wanavunja Torati/Sabato. Je, Bwana Yesu aliwajibuje mashtaka ya hawa Mafarisayo? Hebu angali jinsi Yesu anavyo jibu kwa kutumia hekima! Bwana Yesu anawakumbusha Mafarisayo jinsi Mfalme Daudi alivyo vunja ya sheria.

Moja: Torati ya Musa inasema kuwa ni Makuhani pekee ndio walitakiwa kula mikate lakini tunamsoma Daudi akiingia ndani ya Hema na kuila Mikate, jambo ambalo ni kinyume cha Sheria ya Musa! Je, kwanini Yesu alifanya na au toa huu mfano wa Daudi kula Mikake? Katika mfano huu, tunajifunza kuwa Yesu anamtetea Daudi alipo kula Mkate ingawa alicho fanya Daudi kilivunja aya katika Hesabu 24: 5 mpaka 9.

Mbele ya Macho ya BWANA, uhai wa Mfalme Daudi alikuwa ni bora Zaidi kuliko kuto kula Mkate, ndio maana Yesu alisema, "Sabato ilifanyika kwa ajili ya mwanadamu, wala si mwanadamu kwa ajili ya sabato." Kwa maneno hayo Bwana Yesu anaweka wazi kabisa kwamba sabato iliwekwa kwa ajili ya KUMTUMIKIA MWANADAMU na siyo iwe 'bwana' juu yake!

Hebu tumsome kwanza Yesu: Yesu alipomponya mtu ambaye alikuwa hawezi kwa muda wa miaka 38, alimwambia 'jitwike godoro lako, uende.' (Yohana 58). Hii ilikuwa ni siku ya sabato.

Lakini tunaona kwamba Wayahudi walipomwona mtu huyo walimwambia, Leo ni sabato, wala si halali kwako kujitwika godoro. (Yohana 5:10). Bila shaka walisema hivi kwa kuwa walifahamu fika jinsi sabato inavyotakiwa kutunzwa.

Hii ni kusema kwamba, kwa kadiri ya kanuni za utekelezaji wa sabato, hili lilikuwa ni kosa. Sasa, swali ni kwamba, kwa nini Yesu alivunja sabato kwa kumruhusu yule mtu abebe godoro?

Wayahudi walipomkasirikia Yesu kwa sababu ya kumruhusu yule mtu kubeba godoro siku ya sabato, Bwana Yesu aliwajibu kwamba: Baba yangu anatenda kazi hata sasa, nami ninatenda kazi. (Yohana 5:17). Haya ni maneno ya ajabu sana. Wewe uliye Mungu ulituambia kwamba siku ya sabato tusifanye kazi bali tupumzike; tumemwona mtu anafanya kazi ya kubeba godoro, tumekuja kwako, lakini wewe si tu kwamba hukumkemea, bali unasema tena kwamba na wewe unafanya kazi hata sasa (siku ya sabato)!

Kama sabato hasa ni kuacha kufanya kazi, iweje tena Yesu atamke jambo ambalo ni wazi kabisa linavunja sheria aliyoiweka mwenyewe ya kutofanya kazi; yaani aseme kuwa hata sasa yeye anafanya kazi?

Siku moja Yesu aliingia kwenye sinagogi ambamo mlikuwamo mwanamke mwenye pepo wa udhaifu. Yesu alimponya mama yule.

Hata hivyo, Biblia inasema: Basi mkuu wa sinagogi alikasirika kwa sababu Yesu amemponya mtu siku ya sabato, akajibu, akawaambia mkutano, Kuna siku sita zifaazo kufanya kazi, basi njoni mponywe katika siku hizo, wala si katika siku ya sabato. (Luka. 13:14).

Maneno haya ya mkuu wa sinagogi yanatuonyesha kwamba, jambo alilofanya Yesu lilikuwa ni kuvunja sabato. Swali ni lilelile, kwa nini Yesu alivunja sabato?

Umeona jinsi ambayo hata Mkuu wa Sinagogi anakasirika alipo mwona Yesu akimponya yule Mwanamke, sembuse Mafarisayo. Unapo msoma Yesu, ndio utapata msingi wa Injili ambayo Bwana wetu Yesu alikuja kutuonyesha au fanya. Hebu msome hapa: "Mwanawa Adamu ndiye Bwana wa sabato pia." Hiyo sentesi inamaana gani? Hapo Yesu anatuonyesha kuwa mwenye mamlaka ya kuvunja Torati ni yule yule aliye ileta Torati. Mungu aliyetoa sharia kwa Musa kwa kupitia Torati yeye Mungu huyo huyo ndioa anaivunja na au mwenye uwezo wa kuivunja Torati – Yeye ndiye Bwana wa sabato! Na hivyo ndivyo Mwenyezi Mungu alivyofanya kupitia Yesu Kristo Mwanawe wa pekee. Ningependa uelewe kuwa, wakati wa Torati kulikuwa hakuna wokovu ambao tulio nao leo hii, hii inamaanisha kuwa *Torati haina uwezo au haina mamlaka ya kuokoa.* Torati ilitolewa kwa mkono wa Musa bali neema, kweli na wokovu zilikuja kwa mkono wa Yesu Kristo.

Sasa basi, tunapo zungumzia Sabato na tunapo ona watu leo hii wanapigania kuitunza siku ya saba, hawa watu au dini au Imani inafanya kosa lilelile ambalo Mafarisayo walifanya katika karne ya kwanza, yaani, wanafanya sabato kuwa 'Bwana wao' na kwa njia hiyo hawamheshimu wala hawamjali Bwana Yesu ambaye ni 'Bwana wa wote na Bwana wa Sabato'. Biblia inasema kuwa Yesu ni Bwana wa Mabwana. *1 Timotheo 6:15 na Ufunuo 19:16.*

Je, wewe unaye itunza Sabato, unaona ni haki kumkana Bwana wa Mabwana na kuisujudu siku na/au Kuifanya SABATO ni Bwana zaidi ya Yesu?

Yesu Kristo Ni Kuhani Mkuu

Basi hata agano la kwanza lilikuwa na kawaida za ibada, na patakatifu pake, pa "kidunia." (Waebrania9:1). Lakini "ile sharia haikukamilisha neno" (Waebrania 7:19). Kwa hiyo Mwana wa Mungu alikuja naye "kwa toleo moja amewakamilisha hata milele hao wanaotakaswa" (Waebrania 10:14). Basi, Kristo Yesu ni kuhani mkuu wetu sasa, na kwa hiyo, "ukuhani ule ukibadilika, hapana budi sheria nayo ibadilike." (Waebrania 7:19).

Kumbe basi, ndio maana Mweyezi Mungu alifanya Agano Jipya kwa kupitia Mwane Yesu Kristo, "Kwa kule kusema Agano jipya, amelifanya lile la kwanza kuwa kuukuu. Lakini kitu kianzacho kuwa kikuukuu na kuchakaa ki karibu na kutoweka" (Waebrania 8:13). Agano la Kale lilijionyesha kuwa kuukuu Mungu amefanya Agano Jipya! Kumbe basi lile agano na Musa ni Kukuu na ndio maana Mafarisayo na Masadukayo na Makuhani walio kuwa Yesu anavunja Torati. Sasa tunafahamu kuwa habari zote ndani ya gano la kale ni "KIVULI, Je, unaweza kula na au tegemea KIVULI? Je, unaweza kunywa kivuli? Je, unaweza kushika kivuli?

Kumbe Sadaka Wakati wa Agano La Kale ni Kama Kivuli

"...wako watoao sadaka kama iagizavyo sheria; watumikiao mfano na KIVULI cha mambo ya Mbinguni, kama Musa alivyoagizwa na Mungu, alipokuwa tayari kuifanya ile hema..." (Waebrania 8:4,5)

Umesha ona hapo kuwa, kumbe sadaka zote ambazo za ndani ya hema zilikuwa ni mifano ya kivuli tu cha mambo ya Mbinguni. Sasa unapata faida gani kutoa sadaka kivuli?

Kumbe basi mambo ya kiroho ni mambo ya Yesu Kristo. Kumbe basi mambo ya uzima wa milele ni mambo ya Kristo! Sasa kwanini unashika kivuli "SABATO" na kuachana na Yesu Kristo ambaye ni Bwana wa Sabato?

Hebu tusome Waebrania Mlango wa 10 aya ya 1 mapka ya 10 "Basi torati, kwa kuwa ni kivuli cha memo yatakayokuwa, wala si sura yenyewe ya mambo hayo, kwa dhabihu zile zile wanazozitoa kila mwaka daima, haiwezi wakati wowote kuwakamilisha wakaribiao…Maana haiwezekani damu ya mafahali na mbuzi kuondoa dhambi… Mungu aliondoa agano la kwanza ili alilete au alisimamishe agano la pili kwa kupitia Mwanae Yesu Kristo. Katika mapenzi hayo mmepata utakaso kwa kutolewa mwili wa Yesu Kristo mara moja tu."

Kumbe basi Sabato wanayo itunza ni jambo la kivuli tu, sasa kwanini utunze kivuli wakati teyari tumesha mpata Bwana wa Sabato "Yesu Kristo"? Yesu alikuja na kutukomboa kutoka maisha ya kivuli ambayo ni pamoja na utunzaji wa Sabato. "Maana katika yeye "Yesu" unakaa utimilifu wote wa Mungu, kwa jinsi ya kimwili. Na ninyi mmetimilika katika yeye…" (Wakolosai 2:16-18).

Kumbe basi, mambo yote ya Sheria za Agano la Kale yalikuja ili kututayarisha kumjua Masia ambaye alikuja kukamilisha au rekebisha kosa tulilo lifanya pale kwenye Bustani ya Edeni.

Vipindi Vitatu Vya Sabato

Baada ya kuangalia vipindi vikuu vitatu vya uumbaji kuhusiana na mwanadamu kwa kirefu namna hiyo, hebu tuangalie sasa kama sabato nayo inapita katika vipindi hivyo vitatu.

Kipindi cha mfano

Kama ilivyo kwa mambo mengine, sabato nayo ilianza na kipindi cha mfano. Hiki kilikuwa ni kipindi cha Agano la Kale ambacho kilitekelezwa kwa kupitia watu kupumzika kimwili kabisa.

Hii haikuwa ni hali ambayo Mungu alipanga iendelee hivyo hivyo siku zote, bali alikusudia tulione kusudi lake lililo kuu zaidi kupitia kipindi hicho cha mfano.

Kupitia sabato Mungu alikuwa anasema nasi juu ya kitu kingine bora zaidi. Si makusudi yake mawazo yetu yaishie tu kwenye kupumzika kimwili, kujizuia kazi za kimwili, n.k. Ndiyo maana anasema: Basi, mtu asiwahukumu ninyi katika vyakula au vinywaji, au kwa sababu ya sikukuu au mwandamo wa mwezi, au sabato; mambo hayo ni kivuli cha mambo yajayo; bali mwili ni wa Kristo. (Kol. 2:16-17).

Kipindi cha uhalisia wa kwanza

Hiki ni kipindi ambacho ni cha kiimani zaidi. Kimsingi hiki ni kipindi ambacho kinaendelea hadi sasa. Huu ni wakati wa kupumzika kazi za mwili za uovu, yaani kuacha dhambi na kuishi kwa kumtegemea Kristo. Ni maisha ya imani.

meandikwa: Njoni kwangu ninyi nyote wenye kulemewa na mizigo nami nitawapumzisha. (Mt. 11.28), yaani, nitawapa 'sabato'. Pia ndiyo maana ya andiko lisemalo: Kwa maana Mwana wa Adamu ndiye Bwana wa sabato. (Mt. 12:8). Sabato iko kwake, si kwenye siku.

Ni maisha ya kujiachia mikononi mwa Mungu ambaye yeye ndiye anayeshughulikia kila kitu katika maisha yetu. Kazi yetu ni kuamini tu kuwa atafanya; naye hakika anafanya. Hilo ndilo pumziko! Hiyo ndiyo raha! Hiyo ndiyo starehe! Hiyo ndiyo sabato

Kipindi cha utimilifu wa yote

Hiki ni kipindi cha maisha ya mbinguni. Huo utakuwa ni utimilifu wa yote kwa sababu, mara tutakapoingia humo, tutakuwa tukitekeleza sabato halisi milele na milele.

Hoja Kubwa Ya Wasabato "SDA"

Iko hoja kwamba Sabato ni amri ya muhimu sana kwa sababu ilitoka moja kwa moja kinywani mwa Mungu tofauti na amri zingine ambazo zililetwa kupitia manabii au mitume.

Katika Agano la Kale Mungu alisema, "Ikumbuke siku ya Sabato uitakase…Kwa siku sita, BWANA aliumba mbingu na nchi, bahari na vyote vilivyomo ndani yake, lakini akapumzika siku ya saba. Kwa hiyo BWANA akaibariki siku ya Sabato na kuifanya takatifu." (Kutoka 20:8,11)

Hoja hii haina uzito kwa sababu kuu mbili:

Biblia kwa ujumla wake ni Neno la Mungu ambalo limetoka kinywani mwake lote. Na maandiko yako wazi kwamba: Kila andiko, lenye pumzi ya Mungu, lafaa kwa mafundisho, na kwa kuwaonya watu makosa yao, na kwa kuwaongoza, na kwa kuwaadibisha katika haki; ili mtu wa

Mungu awe kamili, amekamilishwa, apate kutenda kila tendo jema. (2 Tim. 3:16-17).

Na kimsingi maandiko haya, ukisoma kwenye Biblia ya Kiingereza, hayasemi "Kila andiko lenye pumzi ya Mungu". Badala yake yanasema: All Scripture is God-breathed (NIV); au All scripture is given by inspiration of God (KJV). Hii ina maana kwamba: Maandiko yote yametokana na pumzi ya Mungu.

Kwa hiyo, hakuna mantiki kusema kwamba andiko hili lina maana zaidi kuliko lile kwa kuwa hili alitamka Mungu mwenyewe. Yote yana nguvu ileile; yote yametoka kwa Mungu yuleyule.

Hoja Zinazotumiwa Na Wasabato Kuishikilia Sabato Ya Mwilini

1. WANASEMA MUNGU SI KIGEUGEU

Yaani Mungu hawezi kusema alafu akaghairi (Malaki3:6) (Zaburi89:34) (Yakobo1:17)

Ni muhimu kujua Biblia inaposema Mungu hana kigeugeu lazima tujue hana kigeugeu anamaanisha nini?

Mungu hana kigeugeu au habadiliki katika ahadi, yaani Mungu akikuhaidi atakubariki na ukakaa katika njia zake, kubarikiwa ni lazima na hata hivyo akikuhadi kukubariki halafu ukaenda kinyume na mapenzi yake hugeuka na kutokutimiza aliyoyaahidi kwako (1Samweli 2:30).

Tukiyachunguza maandiko yote yanayoelezea kuwa Mungu si kigeugeu utaona chanzo cha maandiko haya ni ahadi (Malaki 3:5-6) Mungu anasema "Nita" maana yake anaahidi mambo kadhaa katika mstari wa 5, na katika mstari wa 6 anaeleza kuwa yeye si kigeugeu katika yale aliyoyaahidi katika mstari wa 5.

2. KILA KAZI AIFANYAYO MUNGU ITADUMU MILELE.

Hii nayo ni hoja nyingine, wanasema eti Sabato ni kazi ya Mungu kwa hiyo inapaswa idumu milele wakinukuu andiko linalotoka katika (Muhubiri 3:14) linalosema "Kazi ya Mungu itadumu milele" kwa hiyo Sabato ni kazi ya Mungu inapaswa idumu milele. Biblia inatuonya kwamba tunapaswa kutumia neno la Mungu kwa halali: Maana yake inawezekana kutumia neno la Mungu isivyo halali (2Timotheo 2:15.).

Andiko la (Muhubiri 3:14) halizungumzii Sabato kabisa, kinachosemwa hapo ni kazi ya Mungu, maana ya neno kazi ni kitu cha kufanya kwa mfano; mtu akiwa anapika hiyo inaitwa kazi, mtu akijenga nyumba hiyo inaitwa kazi, mtu akibeba godoro hiyo ni kazi n.k.

Kazi ni lazima itumike nguvu – Swali lakujiuliza je Sabato ni kazi?

Jibu ni hapana. Sabato sio kazi, Sabato ni kutokufanya kazi. Sasa ni nini kilichozungumziwa katika Muhubiri 3:14

Kinachozungumziwa hapa ni uumbaji wa Mungu ambao ndio kazi ya Mungu. Mungu alifanya kazi ya kuiumba dunia. Mungu alifanya kazi ya kuwaumba wanyama. Mungu alifanya kazi ya kumuumba mwanadamu na hata leo Mungu akifanya kazi yoyote ya kuinua mtumishi ili akahubiri injili. Mungu anafanya kazi kwanza ya kumtafuta ili aokoke, halafu aanze kumfundisha mambo mengi hatimaye anakuwa kiasi cha kuongoza wengine.

Shughuli yote ya kumtafuta mtu dhambini na kumfundisha hiyo inaitwa kazi. Sasa tazama kwa makini maandiko yanayo zungumzia kazi (Mwanzo 2:1-2) unaona Mungu, kuumba anakuita kazi, lakini alipo pumzika hajaita kupumzika kuwa ni kazi, hivyo tunajua Sabato sio kazi. Kuhubiri injili kunaitwa kazi (Marko 16:19-20) Bwana alikuwa anatenda kazi pamoja nao yaani kazi ya kuokoa, kuponya n.k (Matendo 5:34-39) Kuhubiri injili hapo kunaitwa kazi.

3. MUNGU SI MTU HATA ASEME UONGO

Wakinukuu andiko la Hesabu 23:19 kwa hiyo wanasema eti kwa kuwa Mungu alisema mtaishika Sabato (Kutoka31:16) basi ni lazima kuishika tu na kamwe Mungu hawezi kusema uongo akiagiza kuishika ni lazima iwe kushika, jibu la hoja hiyo ni hili. Ni kweli Mungu si mtu hata aseme uongo lakini ni lazima tuelewe Mungu ni mwamuzi wa yote,yeye ndiye mfanya sheria na pia ndiye muondoa sharia (Isaya 33:22) Mungu akiweka sheria halafu akaiondoa na kuiweka nyingine haimfanyi Mungu kuonekana muongo au haimaanishi kuwa Mungu kasema uongo.

Mungu aliye iweka sheria ya Sabato ya mwilini na ndiye mwamuzi wa kuiondoa na hakuna wa kumuuliza, vyote ni vyake yeye Mungu baada ya kuweka sheria ya Sabato ya mwilini au ya kupumzika Jumamosi akaahidi kuikomesha au kuisitisha au kuivunja (Hosea 2:11) na anatimiza kwa kuivunja (Yohana 5:2-9) kubeba mzigo siku ya sabato ilikuwa ni kuivunja Sabato (Yeremia 17:21) na huyu Yesu aliyevunja sabato ndiye aliye tuamuru watu wote duniani kumuiga Yesu katika yote ikiwemo na la kuvunja Sabato (Mathayo 11:29).

Kwahiyo wanasema Mungu aliweka agano na mwanadamu na agano hilo ni agano la Sabato na kwa kuwa Mungu alisema watu waishike Sabato basi hawezi kamwe kulibadili neno lake.

Wakinukuu maandiko yafuatayo Zaburi 89:34 na Kutoka 20:8-11. Majibu ni haya, ni muhimu kujua andiko hili la Zaburi 89:34 linazungumzia agano gani, kwa kuwa katika Biblia kuna maagano mengi ambayo Mungu alifanya na wanadamu kwa mfano;

Mungu alifanya agano na Nuhu na kizazi chake (Mwanzo 6:18, 9:9,11-12) Mungu alifanya maagano kadhaa na Ibrahim (kama mawili) na maagano hayo alifanya na Ibrahim na vizazi vyake yaani Isaka, Yakobo na watakaofuata. Agano la kwanza ni la kupewa Nchi ya Kanaani ambayo ndiyo Israeli (Mwanzo 15:18, Kutoka 2:24, Zaburi 105:8-11)

Agano la pili ni la kutahiriwa (Mwanzo 17:9-14). Sasa, Mungu aliposema "sitalihalifu agano langu" na "sitalibadili neno lililotoka kinywani mwangu" alikuwa anazungumzia nini?

Hapa alikuwa anazungumzia agano la Daudi, sio agano la Sabato angalia Zaburi 89:3-4,9-34-35) katika agano hilo na Daudi, Mungu hatalihalifu, na hatalibadili neno lililotoka mdomoni mwake alilosema kuwa amefanya agano na mteule wake Daudi, amemwambia Daudi, kuwa wazao wake atawafanya imara milele, na maneno yote yanayosemwa katika Zaburi 89:3-4,19-35 yanazungumzia agano la Daudi sio agano la Sabato.

5. HATA KWENYE MBINGU MPYA NA NCHI MPYA KUTAKUWA NA SABATO YA JUMAMOSI

Wakinukuu maandiko yafuatayo Isaya 66:22-23, ni muhimu kwa kila asomaye Biblia kufahamu kuwa wakati mwingine maandiko yanaweza kufuatana lakini yakawa hayaoani kabisa katika maana kwa mfano angalia maandiko yafuatayo (Luka 16:17-18), mstari wa 17 unazungumzia uwezekano wa mbingu na nchi kutoweka na kutokutanguka kwa yodi na torati lakini mstari wa 18 unazungumzia jambo tofauti na mstari wa 18 kwani mstari wa 18 unazungumzia kuwa mtu akiacha na kuoa au kuolewa na mwingine anahesabika kuwa ni mzinzi.

Kwa bababu hiyo andiko la Isaya 66:22 ni tofauti na Isaya 66:23, tunawezaje kujua kuwa mstari wa 22 na 23 ni tofauti?

Mstari wa 22 unazungumzia mbingu mpya na nchi mpya lakini mstari wa 23 hauelezei kwenda mbele za Bwana kila Jumamosi huko mbinguni kwani mbinguni hakuna siku wala juma wala mwaka, maana ili ipatikane siku lazima iwepo dunia na jua na dunia ijizungushe kwenye muhimili wake na ndipo ipatikane siku na hatimaye ipatikane Sabato (Jumamosi) sasa mbinguni hakutakuwa na usiku bali kutakuwa na mchana wakati wote (Ufunuo 21:23-25).

Andiko la Isaya 66:23 linazungumzia unabii utakaotokea katika taifa la Israeli wa watu kukusanyika katika taifa la Israeli, angalia (Zekaria 14:16-19)

6. WANASEMA KUWA YESU ALIITETEA SABATO KWA KWENDA KWENYE SINAGOGI

Wakinikuu maandiko yafuatayo (Luka 4:16, 31). Wanasema kuwa Yesu aliitetea Sabato kwasababu aliingia katika sinagogi tena ilkuwa ni siku ya Sabato ambayo ni siku ya Jumamosi.

Je ni kweli Yesu aliitetea Sabato kwa kuingia katika sinagogi siku ya Sabato?

Yesu kamwe hajawahi kuitetea Sabato, hebu tuchunguze andiko hilo wanalolitumia la Luka 4:16, kwanza lazima tujiulize Yesu alikwenda katika Sinagogi kufanya nini, Yesu hakwenda katika Sinagogi siku ya Sabato kuabudu, Yesu alikwenda katika Sinagogi siku ya sabato kwa lengo la kuwahubiri wale watu waliokuwa katika sinagogi ili waachane na imani ya kisabato na waambatane na imani aliyokuja kuianzisha Yesu yaani imani ya wokovu, kama alivyo mvuvi pale anapogundua mahali fulani kuwa kuna samaki wengi lazima atawafuata kuwavua iwe mchana au usiku, ndivyo ilivyokuwa kwa Yesu kama mvuvi wa watu.

Hawezi kuacha kwenda kuvua samaki mahali ambapo samaki wapo wengi kwani Yesu alikuja kutafuta na kuokoa kile kilichopotea (Luka 19:10) kwa sababu hiyo Yesu alijua waliopotea wapo katika Sinagogi na wapo siku ya Jumamosi,hivyo ilimlazimu Yesu kuwaendea wale waliopotea katika siku yao ya kuabudu ili awahubiri waifuate imani ya Yesu, hivyo Yesu hakuitunza Sabato kabisa kama wengine wanavyodai kuwa Yesu aliitunza Sabato kwa kwenda kwenye Sinagogi siku ya Sabato na ukitaka kujua kuwa Yesu hakwenda kusali utaona walimbeba na kutaka kumtupa chini ya kilele cha mlima (Luka 4:28-30) mtu gani ambaye anakuja tu kusali kanisani halafu watu wajae ghadhabu na kumtupa chini ya kilele?

Hii inatufundisha pia kuwa Yesu hakwenda kusali siku ya Jumamosi, bali alikwenda kuhubiri ndio maana walikuwa kinyume nae.

Andiko la pili ni (Marko 2:27-28), andiko hili linamaanisha nini?

Sabato ilifanyika kwa ajili ya mwanadamu, maana yake ni kwamba Sabato ilifanywa kwa ajili ya kumfuata mwanadamu bali mwanadamu hakufanywa ili aifuate sabato bali mwanadamu aliumbwa ili amuabudu Mungu na Yesu anaposema mwana wa adamu ndiye Bwana wa sabato maana yake mwana wa adamu Yesu Kristo ndiye mkuu wa sabato maana yake Sabato haifuidafu kwa Yesu. Wanaotetea Sabato pia wanatumia andiko hili (Mathayo 12:10) kwa kusema kuwa Yesu aliruhusu kutenda mema siku ya Sabato lakini mambo mengine aliyakataza, hoja hiyo nayo ni hoja dhaifu, Yesu Kristo anaruhusu kutenda mema siku zote na anakataza kutenda mabaya siku zote.

7. WANASEMA KUWA MITUME WALIITETEA SABATO

Wakinikuu maandiko kadhaa, ambayo tutayaangalia andiko moja baada ya jingine.

Andiko la kwanza:

(Matendo 13:14-15). Katika andiko hili Paulo na wenzake hawekwenda kusali siku ya sabato, bali walikuwa wanatafuta nafasi ya kuipenyeza injili ya wokovu na hatimaye wakaipata nafasi hiyo, na baada ya Paulo kuhubiri habari za Yesu watu wengi wakaachana na imani ya Sabato na wakaambatana na imani waliyoileta wakina Paulo na ndipo Paulo na Barnaba wakawatia moyo wale walioifuata imani ya Yesu iliyokuwa inahubiriwa na Paulo (Matendo 13:14-43), kwa hiyo kwa ujumla wake kazi waliyokuwa wanaifanya wakina Paulo ilikuwa ni kuingia kwenye makusanyiko ya watu waliopotea ili wawavue kutoka katika imani hiyo potofu na kuingia katika imani ya wokovu wa Yesu Kristo.

Wakati mwingi walifanyiwa fujo kama ilivyokuwa kwa Yesu alivyotaka kuwavua wale watu kwenye Sinagogi (Luka 4:28-30) (Matendo 13:44-51; 14:1-7).

Andiko la pili:

(Matendo 16:13) hapa Wasabato wanasema Paulo na Wakristo wa Kwanza walikuwa wanatafuta mahali pa kusali siku ya Sabato, ndio Paulo na wenzake kazi yao ilikuwa kuwahubiri waliopotea na kuwaleta kwenye imani iliyo sahihi ya wakovu.

Hivyo Paulo na Wakristo wa Kwanza walijua waliopotea wengi wanasali siku ya Jumamosi na hivyo iliwalazimu wakina Paulo kutafuta mahali ambapo Wasabato wanasali ili wakawavue, hivyo Paulo na wenzake walitafuta mahali pa kusali Wasabato waliokuwa wanakusanyika siku ya Jumamosi. Walitafuta mahali pa kusali kwa lengo la kuhubiri si vinginevyo ndio maana walipokutana na mtu wa kumuhubiri walisitisha safari ili kumuhubiri mwanamke huyu Lidia kwa kuwa lengo lilikuwa ni kuhubiri sio kusali (Matendo 16:13-15).

Hivyo basi, kwa kuwa lengo lilikuwa ni kuwahubiri watu wengi kwa wakati mmoja, walipomalizana na yule mwanamke Lidia, bado waliendelea na safari ya kutafuta mahali ambapo wanasali umati ili waweze kuwavua wengi (Matendo16:13-16).

Andiko jingine (Matendo 17:1-4) andiko hili nalo linaeleza kuwa Mtume Paulo alikwenda kuwahubiri wanaosali Jumamosi ili waifuate imani ya Yesu Kristo, na Paulo alipowahubiria, waliachana na imani yao na kuambatana na imani aliyokuwa nayo Paulo.

Andiko jingine (Matendo 18:1-4) hapa napo Mtume Paulo alikuwa akitoa hoja akijaribu kuwavuta watu wanaosali Jumamosi waifuate imani ya Yesu aliyokuwanayo Paulo.

8. YESU HAKUJA KUTANGUA TORATI WALA MANABII BALI KUITIMILIZA

Wanasema hayo kwa kunukuu andiko la Mathayo 5:17 kwa hiyo wanasema kuwa tunatakiwa kuendelea kuishika sabato kwani Yesu hakuja kutangua torati wala manabii bali uitimiliza sabato. Andiko hili la Mathayo 5:17 linatafsiriwa vibaya karibu na wasabato wote duniani.Tafsiri hiyo inayotolewa na wasabato sio sahihi kabisa, kwani Yesu katika agano jipya katangua mambo kadha wa kadha. Hebu tuyaangalie aliyoyatangua Yesu katika Torati japo kwa uchache;

(a) Katika Mathayo 5:33-37 Yesu anatangua sheria ya kuapa na anasema watu hawatakiwi kuapa kabisa

(b) Pia katika Mathayo 5:38-42 Yesu anatangua sheria ya jino kwa jino na anatutaka tusishindane kabisa na mtu mwovu. Sasa nini alichomaanisha Yesu katika Mathayo 5:17?

Ni muhumu kujua kuwa Yesu Kristo alinenewa mambo mengi katika agano la kale ambayo Yesu alitakiwa kuyatimiza atakapokuja duniani, na alipokuja aliyatimiza.

Hebu tuyaangalie japo kwa uchache aliyonenewa Yesu na alipokuja aliyatimiza.

AHADI UTIMIZWAJI

Yesu anaahidiwa kutembea juu ya maji (Ayubu 9:8)
Yesu anatimiza ahaadi hiyo (Mathayo 14:22-25)

Ahadi ya Yesu kuinuliwa juu (Hesabu 21:4-

Utimilifu wa Yesu kuiniliwa (Yohana 3:14-15) (Mathayo 27:32-44)

Ahadi ya Yesu kukanyaga dunia (Mika 1:2-3) Utimilifu wa Yesu kukanyaga dunia (Mathayo 1:21)

Sasa miongoni mwa yale aliyoahidiawa kuyatimiza Yesu ni kutimiza kuivunja Sabato (Hesabu 2:11) na ahadi hii Yesu aliitimiza hapa (Yohana 5:2-9) katika agano la kale kubeba mzigo siku ya sabato ilikuwa ni kuivunja sabato(Yeremia 17:21). Kwa hiyo Yesu aliposema "sikuja kutangua torati wala manabii bali kuitimiliza maana yake sikuja kutangua yale niliyonenewa katika torati bali kuyatimiliza yale niliyoahidiwa kuyatimiliza.

9. SABATO INATAKIWA KUSHIKWA KWA KUWA SABATO NI YA MILELE

Wanazungumza hayo kwa kunukuu (Kutoka 31:15-16), majibu ni haya, neno milele linapotajwa kwenye maandiko linakuwa na maana zaidi ya moja

(a)Maana ya kwanza ni muda mrefu ujao usio na mwisho (Mathayo 25:41)

(b)Maana ya pili ni muda mrefu lakini mwisho unao.

Sasa milele iliyotajwa katika kutoka 31:16 haiizungumzii muda mrefu ujao usio na mwisho, bali inazungumzia muda mrefu lakini una mwisho, angalia maandiko yanayozungumzia muda mrefu ulio na mwisho (Kumbukumbu 15:12-17) mstari wa 17 unasema "naye atakuwa mtumishi wako milele"

Je ni kweli huyu mtu atakuwa mtumwa milele na milele, atakuwa mtumwa hata baada ya kufa?

Milele inayo maanishwa hapa sio wakati wote ujao, bali ni muda mrefu ujao lakini mwisho unao,pale mtu atakapokufa huo utumishi utakuwa umeishia hapo kwa kuwa hakuna utumishi kaburini wala mbinguni wala motoni.

Angalia andiko jingine (2 Wafalme 5:25-27), hapa tunaona Elisha anamwambia Gehazi kuwa ukoma wa Naamani utamshika Gehazi milele na Gehazi akatoka pale akiwa na ukoma.

Swali la kujiuliza je naamani alikuwa na ukoma mpaka kaburini?

Je atakapofufuka siku ya mwisho atafufuka na ukoma jibu ni la, sasa kumbe tunajua kuwa milele iliyomaanishwa hapa ni muda mrefu ulio na mwisho.

Katika kutoka 31:16 inatajwa kuwa kushika Sabato katika vizazi vyote, hapa haina maana kuwa ni vizazi vyote visivyo na mwisho kwa mfano (Kutoka 29:38-42) hapa inatajwa kuchinja mwana kondoo na inatajwa kuwa ni sadaka ya milele katika vizazi vyote.

Swali, Je mpaka leo tunatakiwa kuchinja wanyama katika vizazi vyetu vyote?

Hata wasabato wenyewe hawachinji katika vizazi vyao vyote.Kumbe hata vizazi vyote vinaweza kuwana ukomo.

ANDIKO JINGINE WANALOLISIMAMIA

Ezekiel 20:12-20. Hapa wanasema kuwa mtu anatakaswa kwa kushika Sabato, hoja hiyo si kweli, andiko hili halisemi hivyo, Mungu hapa anajieleza mwenyewe kuwa yeye ndiye anayetutakasa, sio kwa kushika sabato eti ndio tunatakaswa.

Achana na mambo ya kimwili maana wakati wake ulishapita! Bwana Yesu alisema wazi: Lakini saa inakuja, nayo sasa ipo, ambayo waabuduo halisi watamwabudu Baba katika roho na kweli. Kwa maana Baba awatafuta watu kama hao wamwabudu. Mungu ni Roho, nao wamwabuduo yeye imewapasa kumwabudu katika roho na kweli. (Yoh. 4:23-24).

SURAH 04

NENO LA MUNGU LINASEMA NINI KUHUSU SABATO?

Ndugu msomaji, katika Sehemu ya Tatu tulijifunza mengi kuhusu Mafarisayo na nini walisema kuhusu Siku ya Sabato.

Kumekuwa na watu ambao wanasema kuwa wanaitunza Sabato, lakini ukichunguza kwa undani, kwa kweli hawaitendei kazi Sabato kabisa bali wanaivunja kwa kiwango kikubwa sana.

Je, unafahamu kuwa, ukitembea zaidi ya Maili Moja siku ya Sabato, unakuwa umeivunja Sabato?

Kaeni kila mtu mahali pake, mtu awaye yote asiondoke mahali pake kwa siku ya saba. (Kutoka 16:29).

Kulikuwa na kiasi kinachoruhusiwa cha mtu kutembea inapofika siku ya sabato (Matendo 1:12). Ilikuwa ni makosa kwa mtu kwenda mwendo unaozidi kiasi hicho.

Katika sheria ya Sabato ilikuwa hairuhisiwi kabisa mtu kutembea nje ya mwendo wa Sabato. Mwendo wa

Sabato ulikuwa chini kidogo ya maili moja ambao urefu wake ulikuwa ni kama kutoka Bithania kwenda Yerusalemu (Luka 24:50; Matendo 1:8-12) lakini leo wako watu wanajiita Wasabato wanatoka nyumbani kwao, labda kwao ni Temeke wanakwenda kanisani Ubungo au Kimara siku ya Jumamosi, wakati kutoka Temeke mpaka Ubungo ni zaidi ya maili moja mwendo ambao unakuwa umepita mwendo wa Sabato.

Katika Torati mtu ukipata yote lakini ukikosa katika jambo moja unahesabika kukosa juu ya yote (Yakobo 2:10).

Sasa, wewe Msabato unae enda Kanisa lilipo Zaidi ya maili moja, si umesha ivunja Sabato yako? Kwanini unapoteza muda wako na kulilia au ng'ang'ania sheria ambazo ni dhaifu na hazikusaidii kitu?

Zaidi ya hapo, katika sheria ya Sabato ilikuwa mtu akivunja Sabato alitakiwa kupigwa mawe mpaka kufa, leo mbona watu wakivunja Sabato hawapigwi mawe mpaka kifo (Hesabu 15:32-36)?

Ukiwauliza Wasabato, kwanini hawapigi mawe watu mpaka kifo, watakuambia kuwa sasa hivi tuko katika kipindi cha neema, sasa kwenye eneo la kupiga watu mpaka wafe kwa kuivunja Sabato ndio tuko kwenye kipindi cha neema lakini katika mengine bado tuendelee na maagizo ya agano la kale, huu ni utoto wa kimaandiko.

Jambo jingine kama tunaendelea na maagizo ya agano la kale kwa hoja kuwa eti Yesu hakuja kuivunja Torati wala manabii bali kuitimiliza, basi kama ni hivyo tunatakiwa pia tuendelee na kuchinja wanyama kwa ajili ya msamaha wa dhambi kama ilivyokuwa katika agano la kale, (Walawi 5:5-6;7-10; Walawi 6:1-7)

Ndugu msomaji ambaye wewe ni Msabato, umesha jiuliza swali hili? Kwanini mnachagua kutunza siku tu na mengine ya Sheria za Musa hamyafuati? Watunza Sheria wakati wa mtume Paulo waliotetea sheria na waliojitahidi sana kwa ajili ya torati ya Musa, walitoa hukumu kubwa sana kwa Wakristo walio fuata mafunzo ya Yesu. Wasabato wa wakati huo/MAFARISAYO walimshitaki mtume Paulo kwa kufundisha kinyume na sheria za Musa, eti, wanadai kuwa Mtume Paulo alifundisha uongo na au alifundisha kuvunja sheria za Musa. Je, haya madai ni kweli?

Paulo anataja watu hao, "…Kwa nini tusiseme kama tulivyosingiziwa, na kama wengine wanavyokaza kusema ya kwamba twasema hivyo, na tufanye mabaya ili yaje mema? Ambao kuhukumiwa kwao kuna haki." (Warumi 3:8). Katika Kanisa lililo anza wakati wa Agano Jipya, yanapata shida sana kutoka Wasabato kwasababu ya kuhukumiwa kutenda shambi au kuvunja sharia za Musa kwa kuamua kuishi kwa Imani na neema ya Yesu na sio kuishi chini ya torati/sharia. Hii ndio sababu kumbwa ilimfanya Mtume Paulo kufundisha kwa undani Zaidi jinsi ya kuishi katika neema ya Yesu Kristo. Ukisoma nyaraka zake, utapata mafunuo makubwa sana.

Kumbe ndio maana hata hii leo Wasabato wanatulaumu watumishi wa Mungu kama "Max Shimba Ministries" eti tunapotosha watu, kumbe hii tabia ya MAFARISAYO ilikuwepo tokea wakati wa Mtume Paulo! Hata siku hizi! Wasabato ningependa mtambue kuwa, sisi hatupo tena chini ya Sheria za Musa bali tupo chini ya Neema ya Yesu Kristo. Hii ndio kazi aliyo fanya Yesu Kristo kwa kutupa Agano Jipya. Hii tabia na au hali ya kushika Sabato imewafanya watu wengi kuwa VIPOFU

NA VIZIWI WA NENO LA MUNGU. "Tuseme nini basi? Tudumu katika dhambi ili neema izidi kuwa nyingi? Hasha! Sisi tulioifia dhambi tutaishije tena katika dhambi?" (Warumi 6:1, 2). Kwa nini wale wanaojitahidi kwa ajili ya torati hawaelewi tunayoyasema? Paulo anaendelea kwa kusema, "Ni nini basi? Tufanye dhambi kwa sababu hatuwi chini ya sheria bali chini ya neema? Hasha!" (Warumi 6:15). Kwa nini hawayaelewi hayo? Ukweli ni kinyume cha wanavyodai! Paulo asema tena, "Kwa maana dhambi haitawatawala ninyi, kwa sababu hamwi chini ya sheria, bali chini ya neema." (Warumi 6:14). Unaona? Dhambi haitatutawala sisi! Kwa nini? Kwa sababu 'hatuwi chini ya sheria' – bali chini ya neema! Ina maana kama mtu akiishi chini ya sheria, dhambi inamtawala! Watu wengine hawaelewi kuwa kuishi 'chini ya sheria' – maana yake sheria haiwezi kutakasa, kuhuisha, wala kutuweka huru mbali na dhambi. Wanafikiri, 'Usipokuwa chini ya sheria, unaweza kufanya dhambi', na wanashtuka! Kama vile hawajawahi soma au kusikia Injili isemayo! Tunaokolewa kwa neema na tunaishi kwa imani, siyo kwa torati ya Musa. Je, ina maana tunao uhuru kutenda dhambi? Hasha! Je, kwa nini watu haelewi maneno ya Paulo anasemapo, "Basi, je! twaibatilisha sheria kwa imani hiyo? La hasha! Kinyume cha hayo twaithibitisha sheria." (Warumi 3:31)

Adhabu Ya Kuvunja Sabato

Mtu ambaye aliasi sheria ya Sabato, adhabu yake ilikuwa ni kuuawa.

Maandiko yanasema: Kila mtu atakayefanya kazi yoyote siku ya Sabato, hakika yake atauawa. (Kutoka 31:15b).

JE, WEWE UNAYE ITUNZA SABATO, UMESHA WAI FANYA HAYA MAMBO:

1. Kufanya biashara

Tena wakakaa humo watu wa Tiro, walioleta samaki, na biashara za kila namna, wakawauzia wana wa Yuda siku ya sabato, na mumo humo Yerusalemu. Ndipo nikagombana na wakuu wa Yuda, nikawaambia, Ni neno baya gani hili mnalofanya ninyi, na kuinajisi siku ya sabato? (Nehemia 13:16-17).

2. Kubeba mizigo

Bwana asema hivi, Jihadharini nafsi zenu, msichukue mzigo wowote siku ya sabato. (Yeremia 17:21).

Ndiyo maana Bwana Yesu alipomponya mtu aliyekuwa hawezi kwa muda wa miaka thelathini na nane na kumwambia, Simama, jitwike godoro lako, uende. (Yohana 5:8), Wayahudi walipomwona mtu huyo walimwabia, Leo ni siku ya sabato, wala si halali kwako kujitwika godoro. (Yohana 5:10).

3. Kukusanya kuni

Kisha wakati huo wana wa Israeli walipokuwapo jangwani, wakamwona mtu mmoja akikusanya kuni siku ya sabato ... wakamleta kwa Musa ... BWANA akamwambia Musa, Mtu huyo lazima atauawa. (Hesabu 15:32-35).

4. Kuwasha moto/kupika

Hamtawasha moto katika nyumba zenu kwa siku ya Sabato. Hii ina maana kwamba haikuruhusiwa kupika vyakula siku ya sabato. (Kutoka 35:3).

5. Kutembea mwendo mrefu

Kaeni kila mtu mahali pake, mtu awaye yote asiondoke mahali pake kwa siku ya saba. (Kutoka 16:29).

Kulikuwa na kiasi kinachoruhusiwa cha mtu kutembea inapofika siku ya sabato (Matendo 1:12). Ilikuwa ni makosa kwa mtu kwenda mwendo unaozidi kiasi hicho.

Kama ulifanya hayo mambo matano hapo juu, siku ya Sabato basi adhabu yako ni kupigwa mawe mpaka kifo.

Mtu ambaye aliasi sheria ya sabato, adhabu yake ilikuwa ni kuuawa.

Maandiko yanasema: Kila mtu atakayefanya kazi yoyote siku ya sabato, hakika yake atauawa. (Kutoka 31:15b).

Hetu tusome ni jinsi gani Sheria ilikuwa dhaifu kwasababu ya mwili: (Warumi 8:3,4) "Maana yale yasiowezekana kwa sheria, kwa vile ilivyokuwa dhaifu kwa sababu ya mwili, Mungu mwenyewe, kwa kumtuma Mwanawe katika mfano wa mwili ulio wa dhambi, na kwa sababu ya dhambi, aliihukumu dhambi katika mwili; ili haki (kwa tafsiri nyingine 'maagizo') ya torati itimizwe ndani yetu sisi Wakristo. (Warumi 8:3, 4)

Je, Sabato inaweza vunjwa?

Mwenye uwezo wa kuivunja Sabato ni yule yule aliye ileta Sabato. Hivyo basi, Sabato inaweza kuvunjwa. Je, Sabato ilivunjwa?

Aliyeahidi kuivunja Sabato ni Mungu mwenyewe aliyekuwa mbinguni ambaye aliahidi kuja duniani na kukanyaga ardhini (Mika 1:2-3).

Sasa Mungu huyu aliyeifanya Sabato na kuiagiza kwa wanadamu huyu ndiye aliyekuja kuivunja Sabato. Angalia andiko hili kwa makini (Yohana 5:2-9, 18) Katika

Agano la Kale sheria ya Sabato ilikuwa haitakiwi kubeba mzigo wowote, angalia andiko hili (Yeremia 17:21) kwa hiyo mtu yeyote aliyebeba mzigo alihesabika kuivunja Sabato.

Hebu tumsome Yesu kidogo: Yesu anamwambia mtu yule aliyemponya kuwa ajitwike godoro lake aende na alimwambia mtu huyo ajitwike godoro lake aende siku ya Sabato. Je, kwanini Yesu alimwambia yule mtu abebe mzigo, huku akifahamu kuwa katika siku ya Sabato kubeba mzigo ilikuwa ni kosa na kinyume cha sheria za Musa? Je aliitunza Sabato au aliivunja?

Sasa, kama Yesu aliivunja Sabato, yeye pia anatuambia kuwa, "jitieni nira yangu mjifunze kwangu kwa kuwa mimi ni mpole na mnyenyekevu wa moyo" (Mathayo 11:29). Je, na mimi nikifanya alicho fanya Yesu si nitakuwa nimeivunja Sabato kwa kufuata fundisho lake katika Mathayo 11 aya ya 29?

Je, inamaanisha kuwa kama Yesu aliivunja Sabato na sisi tunapaswa kuivunja kwani anatuambia tujitie nira yake na tujifunze kwake katika Mathayo 11 aya ya 29.

Kumbe ndio maana Yesu Kristo alishindana sana na Wayahudi kuhusu suala la kuishika Sabato (Mathayo 12:1-8). Sasa, kama Yesu aliitunza Sabato, kwanini Wayahudi walimhukumu?

Hapa tunaona waziwazi jinsi ambavyo Yesu anavyowatetea wanafunzi wake kuhusu kuvunja masuke siku ya Sabato. Maana kuvunja masuke pia ilihesabika kuwa ni kufanya kazi na katika Agano la Kale.

Hakuna sababu yoyote iliyokubaliwa kuvunja Sabato hata kama sababu hiyo ilikuwa ni njema bado mtu huyo alihesabika kuivunja sabato, isipokuwa kwa amri ya Mungu kama kutoa sadaka (Hesabu 28:9).

Lakini hapa Yesu anaivunja Sabato kwa kuhalalisha kuwa ni halali kufanya kazi hiyo ya kuvunja masuke, kitu ambacho katika agano la kale mtu angeuawa kwa kupigwa mawe kama tulivyoona kwa mwanamke huyu (Hesabu 15:32-36).

SURAH 05

JE, KUNA MAVAZI YA KITORATI?

Baada ya kujifunza sheria mbali mbali za Sabato na jinsi ilivyo vigumu kuzifuata hizo sharia na adhabu yake ya kifo kwa kupigwa mawe kwenye Sehemu ya Nne. Sasa tuangalie kuhusu mavazi. Je, kuna mavazi ya kitorati?

MAVAZI

Imeandikwa: ... wala usivae mwilini mwako nguo ya namna mbili zilizochanganywa pamoja. (Mombo ya Walawi 19:19b). Usivae nguo iliyochanganyikana sufu na kitani pamoja. (Kumbukumbu ya Torati 22:11). Hii ilikuwa ni amri iliyohusu nguo halisi kabisa zinazovaliwa mwilini.

Hata leo sheria ya kutovaa mavazi yaliyochanganya rangi bado iko palepale.

Pia imeandikwa: Nitafurahi sana katika BWANA, nafsi yangu itashangilia katika Mungu wangu; maana amenivika mavazi ya wokovu, amenifunika vazi la haki ... (Isaya 61:10).

Mavazi ni ishara ya wokovu. Wokovu ni mmoja tu. Hauwezi kupatikana kwa njia nyingine tofauti na iliyowekwa na Mungu.

Maandiko yanasema: Wala hakuna wokovu katika mwingine awaye yote, kwa maana hapana jina jingine chini ya mbingu walilopewa wanadamu litupasalo sisi kuokolewa kwalo. (Matendo ya Mitume 4:12), yaani ni jina la Yesu pekee. Kutafuta wokovu kwa kutumia dini, imani au jambo jingine lolote nje ya Yesu ni kujivika mavazi ya rangi nyingi. Vazi la wokovu ni la rangi moja tu; nyeupe!

Katika kipindi cha kwanza haikuruhusiwa kuvaa mavazi halisi yenye rangi tofautitofauti.

Katika kipindi cha pili, mavazi ni wokovu. Hivyo, kuwa na vazi la aina moja ni kusimama na wokovu halisi wa Yesu Kristo bila kuuchanganya na mambo ya kidunia.

Hata hivyo, katika kipindi cha utimilifu wa yote, mbinguni kuna mavazi halisi ya haki yaliyo ya milele, ambayo yatakuwa safi siku zote; milele na milele. Imeandikwa: Baada ya hayo nikaona, na tazama, mkutano mkubwa sana ambao hapana mtu awezaye kuuhesabu, watu wa kila taifa, na kabila, na jamaa, na lugha, wamesimama mbele ya kile kiti cha enzi, na mbele za Mwana-Kondoo, wamevikwa mavazi meupe ... (Ufunuo 7:9). Haya ni mavazi ambayo yameoshwa kwa damu ya Mwana-Kondoo wa Mungu.

Kutembelewa na Bwana

Bwana alipotaka kuwatembelea watu wake, watu walifua nguo halisi kabisa walizovaa mwilini. Imeandikwa: Bwana akamwambia Musa, Enenda kwa watu hawa, ukawatakase leo na kesho, wakazifue nguo zao, wawe tayari kwa siku ya tatu; maana siku ya tatu BWANA atashuka katika mlima wa Sinai machoni pa watu hawa wote. (Kutoka 19:10-11).

Katika kipindi cha kwanza, watu walifua mavazi yao halisi ya mwilini ndipo Bwana alikuja kusema nao. Mavazi hayo yalifuliwa kwa maji halisi.

Katika kipindi cha pili, kinachooshwa si mavazi halisi ya mwilini, bali ni dhambi katika mioyo yetu. Dhambi hizo zinaoshwa kwa njia ya damu ya Yesu Kristo.

Katika kipindi cha tatu, yaani cha utimilifu kwa yote, si tu kwamba hakutakuwa tena na haja ya kuoshwa (maana wote watakuwa watakatifu milele), lakini pia hakutakuwa na kusema kuwa kuna kutembelewa na Bwana, maana watakatifu watakuwa naye siku zote.

Imeandikwa: Nao watamwona uso wake, na jina lake litakuwa katika vipaji vya nyuso zao. wala hapatakuwa na usiku tena; wala hawana haja ya taa wala ya nuru ya jua; kwa kuwa Bwana Mungu huwatia nuru, nao watatawala milele na milele. (Ufunuo 22:4-5).

Kwanini Yesu alisema hakuja kuitengua Torati?

Yesu Kristo anasema kwenye Injili kutokana na Mathayo kuwa: "Msidhani ya kuwa nalikuja kuitangua torati au manabii; la, sikuja kutangua, bali kutimiliza" (Mathayo 5:17).

Sasa tujiulize maswali machache:

1. Je, Yesu alichinja Mbuzi na Mafahali kila mwaka kwa ajili ya dhambi?

2. Je, Wanafunzi wa Yesu, walichinja Mbuzi na Mafahali kwa ajili ya dhambi zao?

3. Je, Wasabato wanachinja Mbuzi na Mafahali kwa ajili ya dhambi zao kila mwaka?

Nategemea jibu lako hapo juu ni hapana, maana sijawai soma aya ambayo inasema Yesu au Wanafunzi wake walichinja Mbuzi au Mafahali. Zaidi ya hapo, sijawai waona Wasabato wakichinja Mbuzi au Mafahali kwa ajili ya dhambi zao kila mwaka. Kumbe basi, hawa Wasabato hawatunzi Torati zaidi ya kuchagua kile ambacho wanataka ili kutengeneza dini yao. Sasa, kuna faida gani ya kuchagua chagua aya ili kukidhi matakwa binafsi?

'Kwa kuwa torati ilitolewa kwa mkono wa Musa; neema na kweli zilikuja kwa mkono wa Yesu Kristo." (Yohana 1:17).

Sheria ina mwanzo wake na mwisho wake. Nikimaanisha kuwa, yule aliye itunga sheria, anaweza kuleta sheria nyingine na kuivunja ile ya mwanzo ambayo ni dhaifu au imepitwa na wakati.

Katika Timotheo wa Kwanza Mlango wa Kwanza aya ya tano tunasoma kuwa:

"…mwisho wa agizo hilo ni upendo utokao katika moyo safi na dhamiri njema, na imani isiyo na unafiki" (1 Timotheo 1:5). UMEONA NENO "MWISHO" ni UPENDO?

Mungu alipo toa sharia kwa Musa alikuwa na kusudi lake, na alipo maliza hilo kusudi, ndio alimtuma Mwanae Yesu Kristo kuja na kutuletea "NEEMA" ambayo inatufungua kutoka utumwa wa sharia.

Hivyo basi, lengo kuu la Mwanzoni la Mungu lilikuwa ni kuleta sharia itakayo waongoza wana wa Israel, lakini alikpo kuja Mwanae, Mungu alituletea UPENDO yaani, tuwe wenye haki na watakatifu katika upendo (Waefeso 1:4).

Kristo Yesu yeye ndie 'mwisho' wa sheria, anawakilisha utekelezo na utimilifu wa sheria ndani Yake mwenyewe. Neno la Mungu linasema kuwa YESU NDIE MWANZO NA MWISHO, ALFA NA OMEGA. Sawasawa na tabia yake Yesu ni Mwenye Haki, ni matakatifu, ni mwenye upendo. Yesu hahitaji kujaribu kufikia dhumuni na au lengo na au kusudi la kuletwa kwa Torati "Sheria", kwasababu, Yes undie haki, kweli, upendo, utakatifu, na uzima ambayo sharia ililetwa ili tuwe hivyo.

Hebu tusome katika Warumi na tuone kama kweli

Yesu ni Mwisho wa Sheria:

"Kwa maana Kristo ni mwisho wa sheria, ili kila aaminiye ahesabiwe haki." (Warumi 10:4). Umeona hapo, kuwe Yes undie MWISHO WA SHERIA, SASA KAMA YESU AMEKUJA, NA KATULETEA NEEMA NA UPENDO, KWANINI TUENDELEE KUSHILIA SHERIA?

Hebu angalia hii aya inavyo sema:

"kama kwa kuasi kwake mtu mmoja watu wengi waliingizwa katika hali ya wenye dhambi, kadhalika kwa kutii kwake mmoja watu wengi wameingizwa katika hali ya wenye haki." (Warumi 5:19). Na tena, "Yeye asiyejua dhambi alimfanya kuwa dhambi kwa ajili yetu ili sisi tupate kuwa haki ya Mungu katika Yeye." (2 Wakorintho 5:21).

Kimaantiki, inaleta maana kama ifuatavyo:

1. Adam katenda dhambi na akaingiza dhambi kwa wanadamu wote.

2. Yesu kaja na katuletea msamaha wa dhambi kwa wanadamu wote.

Yaani, kwa imani katika Kristo Yesu tunahesabiwa haki; pia tunazaliwa mara ya pili toka juu, yaani 'tunapata kuwa haki ya Mungu katika Yeye.'!

Yesu ambaye ni 'utimilifu wa sheria' kwa tabia yake yenyewe, yeye mwenyewe ni tekelezo (mwisho) wa sheria na sisi tunaingia katika utimilifu kupitia Kristo, kwa imani, na kwa Roho Mtakatifu! "Maana katika yeye unakaa utimilifu wote wa Mungu, kwa jinsi ya kimwili. Na ninyi mmetimilika katika Kristo Yesu aliye kichwa cha enzi yote na mamlaka." (Wakolosai 2:9,10).

Hivyo basi, mtu ambaye anang'angania kuwa Yesu alikuja kuitekeleza Torati kama ilivyo kuwa wakati ule wa Nabii Musa, basi mtu huyo hajui maana ya Injili "HABARI NJEMA' na labda hata hafahamu maana ya wokovu wa Mungu katika Kristo Yesu. Mtu huyo ni kama wale ambao "wapenda kuwa waalimu wa sheria, ingawa hawayafahamu wasemayo wala mambo yale wayanenayo kwa uthabiti." (1 Timotheo 1:7).

Kuhusu kafara, kwanini sasa hatufanyia kama wakati wa Musa?

Hata leo bado tunatoa kafara ya damu ili kusamehewa dhambi zetu. Tofauti tu ni kwamba hatutoi tena wanyama halisi kama zamani za akina Nabii Musa. Wanyama waliotolewa kafara katika Agano la Kale walikuwa ni kivuli au taswira ya kafara timilifu, yaani Mwana-Kondoo wa Mungu, Yesu Kristo. Ndio maana nilisema kwenye Sehemu ya Tanu na Nne kuwa, Torati ilikuwa kama kivuli.

Yohana alipomwona Yesu alisema: Tazama Mwana-Kondoo wa Mungu, aichukuaye dhambi ya ulimwengu. (Yoh. 1:29). Kama ambavyo zamani wanyama waliuawa kwa niaba ya mtenda dhambi, yaani walibebeshwa dhambi zake, ndivyo ambavyo Mwana-Kondoo wa Mungu alivyobebeshwa dhambi ya ulimwengu wote, kisha akatolewa kafara kwa niaba ya ulimwengu wote.

Ndiyo maana maandiko yanamwongelea Bwana Yesu kuwa ni: Yeye atupendaye na kutuosha dhambi zetu katika damu yake. (Ufu. 1:5).

SABABU ZILIZOPELEKEA WANA WA ISRAEL KUPEWA SHERIA YA KUSHIKA SABATO

Ziko sababu kuu mbili zilizopelekea wana wa Israeli peke yao, kuamriwa kushika sabato;

NI KUMBUKUMBU KWA WANA WA ISRAELI KUWA WALIKUWA WATUMWA KATIKA NCHI YA MISRI.

Katika kitabu cha Kumbukumbu la Torati 5:15 Biblia inasema, "Nawe utakumbuka ya kuwa wewe ulikuwa mtumwa katika nchi ya Misri, na ya kuwa Bwana, Mungu wako, alikutoa huko kwa mkono wenye nguvu, na mkono ulionyoshwa, kwa sababu hiyo Bwana, Mungu wako, alikuamuru ushike sabato.''

Kwa hiyo, ni wana wa Israeli peke yao, ndiyo walio amriwa kushika sheria ya siku maalum ya kupumzika yaani sabato, ili kwao iwe kumbukumbu kwamba, walikuwa watumwa katika nchi ya Misri. Kwa hiyo, kwa mtu asiye Mwana wa Israeli akishika sheria ya siku ya sabato, atakuwa anakumbuka nini? Je alishawahi kuwa mtumwa huko Misri?

WANA WA ISRAELI WALIAMRIWA KUISHIKA SABATO ILI IPATE KUWA ISHARA YA AGANO KATI YAO NA MUNGU.

Katika kitabu cha Kutoka 31:13 Biblia inasema, "Kisha, nena wewe na wana wa Israeli, na kuwaambia, Hakika mtazishika sabato zangu, kwa kuwa ni ISHARA kati ya mimi na ninyi, katika vizazi vyenu vyote, ili mpate kujua ya kuwa mimi ndimi Bwana niwatakasaye ninyi."

Kadhalika katika kitabu cha Kutoka 31:16-17 Biblia inasema, "Kwa ajili ya hayo wana wa Israeli wataishika sabato, kuiangalia sana hiyo, katika vizazi vyao vyote, ni agano la milele. Ni ISHARA kati ya mimi na wana wa Israeli milele….." Pia katika Ezekieli 20:20 Neno la Mungu linasema, "Zitakaseni sabato zangu, nazo zitakuwa ISHARA kati ya mimi na ninyi, mpate kujua ya kuwa mimi ndimi Bwana, Mungu wenu." Ezekiel 20:12 inasema, "Tena naliwapa sabato zangu, ziwe ISHARA kati yangu mimi na wao….."

ANGALIZO: Neno ishara linamaanisha siyo kitu halisi, bali ni kitu kinacho ashiria kitu fulani ambacho kitakuja, ni kitu kinachoelekeza kitu fulani halisi ambacho kitakachokuja. Sabato ilikuwa ikiashiria pumziko halisi ambalo Bwana Yesu amekuja kuwapa watu duniani, na ndiyo sababu ya Yeye kujiita Bwana wa pumziko (sabato) (Luka 6:5) akimaanisha kuwa Yeye ndiye mtoa pumziko. Roho Mtakatifu kupitia Mtume Paulo, amefafanua katika kitabu cha Wakolosai kuwa, sabato ilikuwa ni kivuli cha mambo yajayo. Sabato ilikuwa siyo kitu halisi na ndiyo maana mtu akisha pata kitu halisi hawezi tena kung'ang'ania ishara au kivuli (negative). Wakolosai 2:16-

17 inasema, "Basi, mtu asiwahaukumu ninyi katika vyakula au vinywaji, au kwa sababu ya sikukuu au mwandamo wa mwezi, au SABATO; mambo hayo ni kivuli cha mambo yajayo; bali mwili ni wa Kristo."

AINA YA SABATO AMBAZO WANA WA ISRAEL WALIPEWA

Baada ya kusoma kwa undani Sehemu ya Tano kuhusu aina ya mavazi ya kisabato na au ya kitorati, hebu tuangalie aina za Sabato ambazo wana wa Israeli walipewa.

Sasa nitaanza kuelezea kuhusu mwanzo wa hii Sabato na Mungu alitoa hili agiza kwa nani. Kwa mara ya kwanza kabisa, Mwenyezi Mungu anatoa agizo kwa wanadamu, la kushika sheria kuhusu siku ya sabato, lilitolewa kwa Wana wa Israeli tu, na kwa mkono wa Nabii Musa. Hivyo basi, sio kosa nikisema kuwa hata Israeli mwenyewe yaani Yakobo alipo kuwa hai, hakuwai sikia habari ya kupumzika siku ya saba (sabato) na au Mungu hakuwai mwambia kuwa ashike Sabato.

Agizo hili la kuhusu siku ya saba, "Sabato" halikutolewa kwa mataifa mengine, bali kwa wana wa Israeli tu, na sababu kuu ya kupewa wana wa Israeli peke yao ni kwamba, katika karne hiyo, ni wana wa Israeli peke yao ndiyo waliokuwa wanamjua Mungu wa kweli yaani Yehova. Ni kwa sababu hiyo ya kumjua Mungu wa Kweli kabla ya mataifa mengine, Mungu aliwapa sheria (Torati), yaani Amri kumi "Ndio maana huwa nasema Amri kumi hazikuwa kwa Mataifa yote" ingawa si kosa kuzifuata.

Zaidi ya hapo, Mungu alitoa kwa wana wa Israeli sheria nyingine 613 na Hukumu zake.

UTHIBITISHO: Kumbukumbu la Torati 4:7-8 Biblia inasema, "Kwa maana liko taifa gani kubwa, lililo na Mungu aliye karibu nao, kama Bwana, Mungu wetu, alivyo, kila tumwitapo? Tena liko taifa gani kubwa, lililo na amri na hukumu zenye haki kama torati hii yote, ninayoiweka mbele yenu leo." Sasa tumsikilize Musa: Musa mwenyewe alithibisha kwamba, sheria ya kushika siku ya sabato na sheria nyingine haikuanza na baba zao, bali ilianza na wao wenyewe yaani wana wa Israeli.

UTHIBITISHO: Kumbukumbu la torati 5:1-3 Biblia inasema, "Musa akawaita Israeli wote, akawaambia, Enyi Israeli, zisikieni amri na hukumu ninenazo masikioni mwenu leo, mpate kujifunza na kuangalia kuzitenda. Bwana Mungu wetu, alifanya agano nasi katika Horebu. Bwana hakufanya agano hili na baba zetu, bali na sisi, yaani sisi sote tulio hapa, tu hai."

Musa anathibitisha kwa kutumia aya hapo juu kuwa hata baba zao hawakupewa Sheria. Sasa, Wasabato wanapo sema kuwa eti Adam alipewa sheria ya kutunza Sabato wanatoa wapi haya madai yao yasio na uthibitisho wa aya?

Kigezo ambacho Wasabato wa leo wanachotumia, ni kwamba Mungu alipumzika siku ya saba, hivyo husema kwamba, Adamu naye alipumzika ingawa Biblia haituambii kama Adamu alipumzika na hakuna kabisa uthibitisho wa aya Zaidi ya madai hewa. Sasa tuwaulize

Wasabato, kama Adam alipumzika, alipumzika kwa sababu ya kazi ipi aliyoifanya? Musa ambaye ndiye aliyekuwa msabato halisi, anaipinga hoja hii katika mistari tuliyosoma hapo juu kwa kusema kwamba, Mungu hakufanya agano la zile sheria na baba zao, bali wao wenyewe. Kwa hiyo ni wazi kabisa, kuanzia Adamu mpaka Yakobo hawakuwahi kuambiwa na Mungu juu ya sheria ya kushika siku ya sabato.

Je, Unazifahamu Idadi Ya Sabato Ambazo Wana wa Israeli Waliamriwa Kuzishika na Malengo Yako?

Wana wa Israeli katika sheria ya kushika sabato, hawakupewa sheria moja tu, yaani sabato ya siku, kama wanavyofanya wanaojiita Wasabato wa leo. Kwa mtu mwenye ufahamu sahihi wa maandiko na au anaye taka kuelewa maandiko, anaweza akahoji maswali mengi, na ya msingi sana dhidi ya Wasabato wa leo.

Hebu sasa tuangalie idadi ya sabato ambazo wana wa Israeli waliamriwa kuzishika.

UTHIBITISHO: Walawi 26:2 Neno la Mungu linasema, "Zishikeni SABATO ZANGU, na kupastahi patakatifu pangu; mimi ndimi Bwana, Mungu wenu." Tunaona hapa Mungu anatumia WINGI 'sabato zangu' na siyo 'sabato yangu'. Tukiangalia katika Ezekieli 20:20 Biblia inasema, "Zitakaseni SABATO ZANGU; nazo zitakuwa ishara kati ya mimi na ninyi, mpate kujua ya kuwa mimi ndimi Bwana, Mungu wenu." Tunaona na hapa Mungu anasema ZITAKASENI NA SIO ITAKASENI, na anatumia tena neno 'sabato zangu' na siyo 'sabato yangu'.

UTHIBITISHO: Kutoka 31:13 inasema, "Kisha, nena wewe na wana wa Israeli, na kuwaambia, Hakika mtazishika SABATO ZANGU, kwa kuwa ni ISHARA kati ya mimi na ninyi, katika vizazi vyenu vyote, ili mpate kujua ya kuwa mimi ndimi Bwana niwatakasaye ninyi." Kadhalika na hapa Mungu anatumia neno 'sabato zangu' na siyo 'sabato yangu'.

UTHIBITISHO: Walawi 19:30 Biblia inasema, "Zishikeni SABATO ZANGU, mpaheshimu patakatifu pangu; mimi ndimi Bwana." Na hapa pia tunaona Mungu anatumia neno 'sabato zangu' na siyo 'sabato yangu'. Kwa hiyo, hii inatuthibitishia wazi kabisa kwamba, Mungu hakuawaagiza wana wa Israeli kushika sabato moja ya siku kama wanavyofanya wanaojiita wasabato wa leo.

Kulingana na maandiko tuliyoyasoma hapo juu, yanathibitisha kuwa wana wa Israeli walipewa sabato zaidi ya moja, na baadhi ya sabato hizo ni kama zifuatazo;

USHAHIDI WA KWANZA

SABATO YA SIKU

Sabato ya siku ya saba, ni pumziko ambalo lilifanywa baada ya siku sita za kazi, hivyo siku ya saba, wana wa Israeli walipewa amri ya kupumzika, kama tunavyoweza kuiona katika amri ya nne miongoni mwa amri kumi.

Uthibitisho wa Sabato hii upo katika kitabu cha Kutoka 35:2 Biblia inasema, "Fanyeni kazi siku sita, lakini siku ya saba itakuwa siku takatifu kwenu; ni sabato ya kustarehe kabisa kwa Bwana, mtu awaye yote atakayefanya kazi yoyote katika siku atauawa." (Soma pia Kutoka 31:14-15; Kumbukumbu 5:14).

Hii ndio Sabato ambayo wengi wanaipigania na kusahau Sabato zingine.

USHAHIDI WA PILI

SABATO YA MWAKA

Sabato ya mwaka wa saba, ni pumziko ambalo lilifanywa baada ya miaka sita ya kazi, hivyo mwaka wa saba, wana wa Israeli walipewa amri ya kupumzika mwaka mzima.

Uthibitisho wa sabato hii upo katika kitabu cha Walawi 25:1-5, "Kisha Bwana akanena na Musa katika mlima wa Sinai, na kumwambia. Nena na wana wa Israeli, hapo mtakapoingia katika nchi niwapayo, ndipo hiyo nchi itashika sabato kwa ajili ya Bwana. Panda shamba lako miaka sita, na miaka sita lipalie shamba lako la mizabibu, na kuyachuma matunda yake; lakini katika mwaka wa saba itakuwa ni sabato ya kustarehe kwa ajili ya hiyo nchi, ni sabato kwa Bwana; usipande shamba lako wala usipalie shamba lako la mizabibu. Hicho kimeacho chenyewe katika mavuno yako, usikivune, wala zabibu za mizabibu isiyopelewa usizitunde, UTAKUWA MWAKA WA KUSTAREHE KABISA KWA AJILI YA NCHI HIYO. Na hiyo sabato ya nchi itakuwa chakula kwenu; kwako wewe, na kwa mtumwa wako, na kwa mjakazi wako, na kwa mtumishi aliyeajiriwa, na kwa mgeni wako akaaye pamoja nawe."

Je, wewe unaye fuata Sabato ulisha wai pumzika kwa mwaka mzima bila ya kufanya kazi?

USHAHIDI WA TATU

SABATO YA SABATO SABA ZA MIAKA (YUBILEE)

Sabato hii ni pumziko ambalo lilifanywa baada ya sabato saba za miaka yaani miaka saba mara saba unapata miaka 49, hivyo mwaka wa hamsini, wana wa Israeli waliamriwa kupumzika. Kwa jina lingine iliitwa Yubile.

Uthibitisho wa Sabato hii tunaweza kuiona katika kitabu cha Walawi 25:8-11, "Nawe utajihesabia sabato saba za miaka, maana, miaka saba mara saba; zitakuwa ni siku za sabato saba za miaka kwenu, maana miaka arobaini na kenda (49).Ndipo utakapoipeleka pande zote hiyo baragumu, yenye sauti kuu, siku ya kumi ya mwezi wa saba; katika siku hiyo ya upatanisho mtaipeleka baragumu katika nchi yenu yote. NA MWAKA WA HAMSINI MTAUTAKASA, na kupigwa mbiu ya kuachwa mahuru katika nchi yote kwa watu wote waiketio, itakuwa ni yubile kwenu; nanyi kila mtu atairudia milki yake mwenyewe, nanyi mtarejea kila mtu kwa jamaa yake. Mwaka huo wa hamsini utakuwa ni yubile kwenu; MSIPANDE MBEGU, WALA MSIVUNE, KITU HICHO KIMEACHO CHENYEWE, WALA MSIZITUNDE ZABIBU YA MIZABIBU ISIYOPELEWA."

SASA TUJIULIZE MASWALI MACHACHE:

1. Kama kweli Wasabato wa leo wako sahihi kushika Sabato, kwa nini wanashika sabato ya siku peke yake?

2. Je mbona hizi nyingine zimewashinda?

3. Kama sabato inayoshikwa leo na wasabato, msingi wake ni Biblia, mbona hizi Sabato nyingine wameziacha na wakati zote ziliamriwa na Mungu mwenyewe?

Sasa tuangalie neno la Mungu linasema nini hukusu washika sheria/sabato.

Yakobo 2:10 inasema, "Maana mtu awaye yote atakaye ishika sheria yote, ila akajikwaa katika neno moja, amekosa juu ya yote."

Umesoma mwenyewe kuhusu kushika sheria na tatizo la kuto shika sheria zote. Inamaanisha kuwa wamekosea juu ya sheria zote. Sasa kuna faida gani kushika sheria moja na kuvunja zote?

SURAH 07

MALENGO YA SABATO

Tumesha zisoma aina tatu za Sabato katika Sehemu Ya Sita, sasa, tuangalie malengo ya Sabato.

Wanao jiita Wasabato wa karne hii, hawafahamu lengo la kushika sabato kwa wana wa Israeli. Kwa kifupi, lengo la kushika Sabato kwa Wana wa Israeli lilikuwa ni kupumzika kazi na kustarehe tu na wala si vinginevyo.

Kitu cha kushanganza, wanaojiita Wasabato katika karne ya leo, wameigeuza sheria aliyo pewa Musa na wana Waisraeli ya kushika sabato kama ni siku ambayo Mungu ameamuru wafanye ibada, kinyume kabisa na kusudi zima na maana halisi ya neno sabato. Watu hawa wamekuwa na tabia ya kuwashutumu wakristo wengine na kusema kuwa, Jumamosi ndiyo siku halali ya kufanya ibada, lakini Jumapili, ni siku ambayo haikuamriwa na Mungu, watu kukusanyika kufanya ibada. Zaidi ya hapo, wanasema kuwa eti Jumapili ni siku ya kipagani.

Wasabato hawa wanaihusisha siku ya Jumapili na waabudu JUA, kwa kufanya tafsiri ya neno la Kiingereza 'Sunday' – WANALIGAWA NENO "SUNDAY" KWA KUTENGANISHA SUN AND DAY, SUN = JUA NA DAY = SIKU Na kuja na jibu kuwa wale wote wanao abudu Jumapili basi wao wanamwabudu Mungu JUA, ingawa tuna uthibitisho tosha kuwa Wakristo wa kwanza walimwabudu Yesu ambaye alikufa kwa ajili ya dhambi zetu na SIO MUNGU JUA kama wanavyo dai. Ili kufahamu kwanini kuna siku hizi za wiki na maana yake, ni vyema kuangalia msingi wa hizi siku na jinsi walivyo ziweka. MFANO: Tuiangalie siku ya JUMAMOSI ambayo kwa Kiingereza ni SATURDAY, je, hili jina walilipataje? Kutokana na Warumi siku hii ya SATURDAY iliitwa kutokana na SAYARI YA ZOHALI yaani (dies Saturni) kwa sababu Warumi wa wakati huo waliheshimu sayari Zohali. SASA KAMA TUKITUMIA UTAALAMU HUO HUO WA KUHUSISHA SIKU NA IMANI AU DINI, JE, INAMAANISHA KUWA WASABATO "SDA" WAO WANAAMINI NA AU ABUDU SAYARI YA ZOHALI?

Kitu ambacho hawa Wasabato hawakifahamu ni hiki: Agizo la kushika sabato na siku ya kukusanyika ni vitu viwili tofauti na ni maagizo mawili tofauti ambayo wana wa Israeli walipewa kuyatekeleza.

Agizo La Kukusanyika Kufanya Ibada:

Katika agizo la kukusanyika kwa wana wa Israeli, Mungu alitoa siku mbili yaani Jumapili na Jumamosi, ingawa wasabato karibu wote hawalijui jambo hili, maana hao wamekaririshwa siku ya sabato tu yaani Jumamosi.

UTHIBITISHO:

Tunaweza kuthibitisha ukweli huu katika kitabu cha Kutoka 12:16 Biblia inasema, "SIKU YA KWANZA kutakuwa kwenu na kusanyiko takatifu, na SIKU YA SABA kutakuwa na kusanyiko takatifu, haitafanywa kazi yoyote katika SIKU HIZO, isipokuwa kwa hiyo ambayo kila mtu hana budi kula, hiyo tu ifanyike kwenu."

Mungu aliwaamuru wana wa Israeli wakusanyike siku ya kwanza ya juma yaani Jumapili na siku ya saba yaani Jumamosi kwa kalenda ya kwetu. Pia Mungu hakuwaagiza kukusanyika tu, bali aliwaagiza wasifanye kazi pia. Lakini wanaojiita wasabato nyakati za leo, wanapinga kukusanyika Jumapili sawasawa na maagizo ya torati wanayodai kuifuata.

1. Swali ni kwamba, mafundisho yao ya kukusanyika siku ya sabato yametoka wapi

2. Kama ni kwenye Biblia mbona siku moja hii wameiacha

3. Je aliyetoa agizo la siku ya sabato ni Mungu mwingine na aliyetoa agizo katika kitabu cha Kutoka 12:16 (yaani kukusanyka siku ya Jumapili) ni Mungu mwingine?

Mtume Paulo anafundisha kuwa ni jambo la udanganyifu kuwafundisha watu washike siku ya Sabato. Kwa sababu ya wokovu wetu ndani ya Kristo (Wakolosai 2:11-15) Paulo anasema, "Basi, MTU ASIWAHUKUMU ninyi katika vyakula au vinywaji, au kwa sababu ya sikukuu au mwandamo wa mwezi, au SABATO; mambo hayo ni kivuli cha mambo yajayo; bali mwili ni wa Kristo." (mstari wa 16).

Kwa hiyo agizo la kukusanyika lilikuwa ni siku mbili, imetajwa ya kwanza ni Jumapili (siku ya kwanza ya juma) na ya pili ni Jumamosi (siku ya saba) kwa kalenda yetu, kama tulivyoona katika kitabu cha Kutoka 12:16. Sasa tukija kwenye agizo la kushika sabato halikuwa ni siku ya kukusanayika, bali ni pumziko la kazi tu na kustarehe kama tunavyoweza kuona katika kitabu cha Kutoka 31:14-15, "Basi mtaishika hiyo sabato; kwa kuwa ni takatifu kwenu; kila mtu atakayeitia unajisi hakika yake atauawa; kwa kuwa kila mtu afanyaye kazi siku hiyo, nafsi hiyo itakatiliwa mbali na watu wake. Kazi itafanywa siku sita; lakini siku ya saba ni sabato ya kustarehe kabisa, takatifu kwa Bwana, kila mtu atakayefanya kazi yoyote katika siku ya sabato, hakika yake atauawa."

Mungu hapa anasema kila mtu atakayefanya kazi siku hiyo atauawa, hajasema kila mtu atakaye kosa kwenda kwenye kusanyiko atauawa. Na ndiyo maana kwenye Biblia, inapotaja neno sabato ina maana ya kupumzika kazi na siyo kufanya kusanyiko la kuabudu kama wafanyavyo wanaojiita wasabato wa leo.

Pia Kutoka 35:2 Biblia inasema, "Fanyeni kazi siku sita, lakini siku ya saba itakuwa siku takatifu kwenu; ni sabato ya kustarehe kabisa kwa Bwana; mtu awaye yote atakayefanya kazi yoyote katika siku hiyo atauawa."

Tunaona tena hapa, Mungu anasisitiza kwamba, atakayeuawa, ni yule atakayefanya kazi siku ya sabato, na hakusema atakayekosa kwenda kukusanyika kwa ajili ya ibada, kwani agizo hili lilihusiana na kupumzika kufanya tu. Kimsingi unaposema sabato, siyo dhehebu, wala siyo siku ya kuabudu, bali ni pumziko la kazi. Nyakati za leo, wanaojiita wasabato, wanachanganya siku ya kusanyiko na siku ya pumziko la kazi.

Paulo alihuzunishwa sana, kwa sababu anasema wazi hivi "…..sasa mkiisha kumjua Mungu, au zaidi kujulikana na Mungu, kwa nini KUYAREJEA TENA MAFUNDISHO YA KWANZA yaliyo manyonge, yenye upungufu, ambayo mnataka kuyatumikia tena? MNASHIKA SIKU, na miezi, na nyakati, na miaka."(Wagalatia 4:9,10).

"Maana yale YASIYOWEZEKANA kwa sheria, kwa vile ilivyokuwa DHAIFU kwa sababu ya mwili, Mungu, kwa kumtuma "YESU KRISTO" Mwanawe mwenyewe katika mfano wa mwili ulio wa dhambi, na kwa sababu ya dhambi, aliihukumu dhambi katika mwili; ILI HAKI YA TORATI YATIMIZWE NDANI YETU sisi, tusioenenda kwa kufuata mambo ya mwili, bali mambo ya roho." (Warumi 8:3,4).

Kwa hiyo, mtume Paulo anasisitiza, "Basi, mtu asiwahukumu ninyi katika vyakula au vinywaji, au kwa sababu ya sikukuu au mwandamo wa mwezi, au SABATO."

Tukiangalia tena maandiko katika kitabu cha Kumbukumbu la torati 5:14 kwenye ile amri ya nne ya kushika sabato, Biblia inasema, "Lakini siku ya saba ni sabato ya Bwana, Mungu wako; siku hiyo usifanye kazi yoyote, wewe, wala mwanao, wala binti yako, wala mtumwa wako, wala mjakazi wako, wala ng'ombe wako, wala punda wako, wala mnyama wako yeyote, wala mgeni aliye ndani ya malango yako, ili mtumwa wako na mjakazi wako wapumzike vile vile kama wewe."

Kadhalika na hapa Mungu anaifafanua kwa uzuri kabisa, maana ya sabato na lengo lake. Lengo lilikuwa watu wapumzike, wanyama wapumzike, wafanyakazi wapumzike na kustarehe, kwa sababu hiyo, sabato iliwagusa mpaka wanyama. Kama ingekuwa kwamba sabato ilimaanisha siku ya kuabudu basi wanyama wasingetajwa kupumzika.

Mtu aliyepigwa mawe hata kufa nyakati za Musa jangwani, hakuuawa kwa sababu hakwenda kuabudu siku ya sabato, bali aliuawa kwa sababu alifanya kazi (Hesabu 15:32-36). Hii inathibitisha kwamba agizo la kushika sabato lililenga pumziko la kazi tu na si agizo la kukusanyika kama wanavyodai wasabato wa leo. Wana wa Israeli walikusanyika siku ya saba (Jumamosi) na siku ya kwanza ya juma (Jumapili) kwa agizo la Mungu mwenyewe katika Kutoka 12:16, kama tulivyokwisha kuona hapo nyuma. Kimsingi ni kwamba, katika amri kumi (Kumbukumbu 5:12-15), amri ya nne inazungumzia kupumzika kazi tu. NaKutoka 12:16 Mungu anatoa mwongozo wa siku za kukusanyika kwa ibada. Swali ni kwamba, wasabato wa leo wanakusanyika Jumamosi kwa msingi wa andiko lipi kati ya hayo? Kama kwa msingi wa amri ya nne ya kushika sabato (Kumbukumbu 5:12-15), basi watakuwa wamepotea, maana pale haikuzungumziwa siku ya kukusanyika kwa ajili ya ibada, bali ni pumziko la kazi tu. Lakini kama wana kusanyika Jumamosi, kwa msingi wa andiko la Kutoka 12:16, kadhalika watakuwa wamepotea, maana, katika siku za kukusanyika, katika andiko hili, Mungu ametoa siku mbili yaani siku ya kwanza ya juma (Jumapili) na siku ya saba ya juma (Jumamosi), sasa mbona siku ya kwanza ya Juma (Jumapili) wanaipinga? Ni wazi kabisa wanampinga Mungu

ANGALIZO:

Ili kupata pumziko vizuri siku ya sabato, wana wa Israeli waliagizwa na Mungu, wasitoke mahali pao; Kutoka 16:29 Biblia inasema, "Angalieni, kwa kuwa BWANA amewapa ninyi hiyo sabato, kwa sababu hii huwapa siku ya sita chakula cha siku mbili; kaeni kila mtu mahali pake, mtu awaye yote asiondoke mahali pake kwa siku ya saba. Basi hao watu wakapumzika siku ya saba." Kwa hiyo, nyakati zile, ilikuwa ni sheria kwa wana wa Israeli, kutotembea mwendo mrefu siku ya sabato. Walitembea mahali pafupi sana, na hatimaye urefu ule wakauita mwendo wa sabato (Matendo 1:12). Wanaojiita wasabato wa leo, siku ya Jumamosi, wanatembea mwendo zaidi ya kilometa moja, kwenda kanisani, je hii ni kweli sabato ya kweli (pumziko la kweli)?

Ndugu msomaji ambaye wewe ni Msabato, umesha jiuliza swali hili? Kwanini mnachagua kutunza siku tu na mengine ya Sheria za Musa hamyafuati? Watunza Sheria wakati wa mtume Paulo waliotetea sheria na waliojitahidi sana kwa ajili ya torati ya Musa, walitoa hukumu kubwa sana kwa Wakristo walio fuata mafunzo ya Yesu. Wasabato wa wakati huo/MAFARISAYO walimshitaki mtume Paulo kwa kufundisha kinyume na sheria za Musa, eti, wanadai kuwa Mtume Paulo alifundisha uongo na au alifundisha kuvunja sheria za Musa. Je, haya madai ni kweli?

MAANA YA KUSHIKA SABATO

Baada ya kujifunza kuwa Adam na Hawa hawakupewa torati au sheria ya kutunza siku ya saba. Sasa tuangalie maana ya kushika Sabato.

JE, AMRI KATIKA TORATI NI ZIPI?

Kushika sabato, makatazo ya vyakula au vinywaji na hukumu, ni miongoni mwa amri katika torati ya Musa. Na amri hizi, Bwana Yesu, hakuzipitisha katika Agano la jipya kama tulivyokwisha kuona katika sura zilizopita. Kwa hiyo, amri hizo, si miongoni mwa sheria za Kristo (Wagalatia 6:2).

Kimsingi, unapofundisha au kuishika torati ya Musa, unawapofusha watu wasione kazi ya msalaba, hivyo watu hao watajiita wakristo, lakini ni watu wenye tabia za mwilini. Kadhalika unapofundisha na kuyashika maagizo ambayo yapo kinyume na mmiliki wa mbingu, ambaye ni

Bwana Yesu Kristo, ni wazi kabisa huko ni kujiweka au kuwaweka watu karibu na shimo la jehanamu ya moto.

Kwa kawaida mtu anayeisogelea torati ya Musa (kushika sabato, makatazo ya vyakula na vinywaji), hutafuta tamaa za dhambi na hatimaye mtu huyo huzalia mauti; Warumi 7:5 tunasoma, "Kwa maana tulipokuwa katika hali ya mwili, tamaa za dhambi, zilizokuwapo kwa sababu ya torati, zilitenda kazi katika viungo vyetu hata tukaizalia mauti mazao."

WASHIKA TORATI KATIKA AGANO JIPYA AU KARNE HII NI WANAFUNZI WA MUSA NA WALA SI WANAFUNZI WA YESU:

Lakini pia, mtu anayeshika torati ya Musa katika nyakati hizi za Agano jipya yaani kushika sabato na makatazo ya vyakula au vinywaji n.k, mtu huyo huitwa mwanafunzi wa Musa na wala si mwanafunzi wa Yesu, kwa kuwa torati ilikuja kwa mkono wa Musa na neema na kweli kwa mkono wa Kristo (Yohana 1:17). Hata kama mtu anamtaja Bwana Yesu, na mtu huyo akawa anashika sheria za Musa yaani kushika sabato makatazo ya vyakula au vinywaji n.k, bado mtu huyo ataendelea kutafunwa na nguvu ya torati. Na zifuatazo ni dalili za mtu anayemtaja Yesu lakini bado nguvu ya torati inamtafuna;

UTHIBITISHO WA KWANZA:

Mtu huyu huwa na tabia ya unafiki (nje huonekana ni mtakatifu lakini rohoni ni mdhambi)-Mathayo 6:2; Mathayo 23:25-28. Mafarisayo walikuwa na tabia hii, hivyo na mtu anayeshika torati atakuwa na tabia hii.

UTHIBITISHO WA PILI:

Mtu huyu huwa na tabia ya kupenda kubishana, kwa kuwa torati inamfanya asiwe rohoni. Hushawishika kwa hekima yenye kushawishi akili na si kwa dalili za roho na nguvu (1 Wakorintho 2:4-5).

UTHIBITISHO WA TATU:

Mtu huyu huwa na tabia ya kujihesabia haki, wakati wote hujiona sahihi, wakati amepotea, nguvu ya torati humpofusha asione ukweli (Mathayo 7:1-2).

UTHIBITISHO WA NNE:

Mtu wa namna hii, huwa na tabia ya kuinadi sheria moja ambayo anaimudu kuishika, mfano, anaweza kuwa mtu huyo anashika sana sheria ya sabato, basi atainadi hiyo sabato kuliko kumnadi Kristo. Hata kama atamwona mtu anafanya uasherati, ili mradi anashika sabato, huyo kwake ni mtakatifu.

UTHIBITISHO WA TANO:

Mtu wa namna hii huwa na tabia ya kuwaudhi walio zaliwa kwa roho yaani waliookoka; Wagalatia 4:29 tunasoma, "Lakini kama vile siku zile yule aliyezaliwa kwa mwili alivyomwudhi yule aliyezaliwa kwa Roho, NDIVYO ILIVYO NA SASA."

UTHIBITISHO WA SITA:

Mtu huyu huwa na juhudi ya kumtumikia Mungu lakini si katika Roho na kweli, hivyo huwafanya waongofu wawe wana wa jehanamu mara mbili (Mathayo 23:15).

UTHIBITISHO WA SABA:

Mtu wa namna hii huwa na wema wa kujionesha mbele za watu na si wema halisi (Mathayo 6:1).

UTHIBITISHO WA NANE:

Ni ngumu mtu wa namna hii kushinda dhambi, kwa sababu ya nguvu ya torati inayomkalia kutenda dhambi.

UCHUNGUZI KUHUSU WAANZILISHI WA DINI YA ADVENTIA "SABATO":

Ukifanya uchunguzi wa kina, utagundua kuwa, waanzilishi wa dhehebu la wanaoshika sabato, hawakuwa wanatheolojia na watu waliojua maandiko; na wala hawakukaa chini ya mafundisho ya wachungaji wao. Mwanzilishi wa Kwanza ni Mmarekani aitwaye William Miller, alizaliwa Pittsfield, Massachusetts, mwaka 1782 na kufariki mwaka 1849. Mtu huyu aliacha ukristo, lakini baadaye aliamua kurudi tena kwenye ukristo mwaka 1816, na ndiye aliyeleta mafunuo ya uongo ya kurudi kwa Bwana Yesu mwaka 1844, hata kusababisha hasara na mtafaruku mkubwa sana miongoni mwa wafuasi wake (Wana majilio-Adventists). Mwanzilishi wa pili ni Hiram Edson, huyu alikuwa ni mfuasi wa Miller, na ndiye aliyechangia mafundisho potofu ya hukumu ya upelelezi kwenye dhehebu hilo, baada ya unabii wao wa kurudi kwa Yesu kutotimia. Mwanzilishi wa tatu ni aliyekuwa baharia zamani, mtu aitwaye John Bates, huyu bwana ndiye aliyetoa mchango mkubwa wa kurudisha sabato ya Agano la kale. Na ndiye wa kwanza kutoa mafundisho ya uongo kwamba, Jumapili ni alama ya mnyama, bali siku ya sabato ndiyo muhuri wa Mungu kwa watu wake walio waaminifu. Mwanzilishi wanne ni Bwana James na mke wake aitwaye

Ellen Gould White, hawa ndiyo waliouendeleza usabato kuliko mtu mwingine yeyote. James na mkewe walijiunga na Miller mwaka 1840 na 1842 na hii iliwapelekea kutengwa na kanisa lao la Methodist. Ellen ndiye aliyekuja kuyakazia mafundisho ya kushika sabato, baada ya kudai kuwa alipelekwa mbinguni na kukuta katika amri kumi za Mungu amri ya nne ya kushika sabato, ilikuwa iking'aa kuliko zote.

Mwana mama Ellen White anatia msisitizo kwa kusema amri ya nne kati ya zile kumi ni ya juu zaidi na kuzungukwa na duara linalong'aa na ilitengwa kutunza heshima ya jina la Mungu!

Mwana mama huyu wa Kisabato anaendelea kudai kuwa kama amri ya nne inaweza kuvunjwa au batilishwa basi amri nyngine zote zinaweza kuvunjwa! (Maandishi ya awali ya Ellen G. White, uk .32,35). Labda hii inaweza kukusaidia kuelewa kwa nini Waadventista wengi wanasema kwamba kama tusipotunza sabato ni sawa na kusema tunaweza kufanya dhambi za kuvunja amri nyingine tisa! Hawaelewi kabisa Agano Jipya wanaposema "kama tunaweza kuvunja sabato ni sawa na kusema tunaweza kuzini!" (Haishangazi Waadventista hawawezi kusikia au kuelewa tunayosema wakati akili zao zimepofushwa na roho hii ya udanganyifu). Akili za Waadventista zimepotoshwa na mafundisho ya huyu Mama Ellen G. White, na matokeo kwamba kushika sheria ni sehemu muhimu ya dini yao na ni aina hii ya dini ambayo Paulo alihubiri dhidi yake katika barua yake kwa Wagalatia.

Tunaona kuwa mafundisho ya Wasabato juu ya siku ya saba hayatokani na maandiko Matakatifu bali yanatokana moja kwa moja na maono ya Ellen White ambayo yaliipa sheria nafasi ya kwanza badala ya Yesu Kristo. Nao Waadventista walitafsiri maandiko kufuatana na maono yake, na kwa kufanya hivyo wanapotosha maandiko yote!

Kimsingi, hawa waanzilishi wote hawakuwa watu walioijua Biblia bali walienda kwa nguvu ya upeo mdogo wa kimaandiko waliokuwa nao. Kubwa zaidi ni nguvu ya pesa katika kueneza mafundisho, na hata kufanya kusambaa sehemu kubwa hususani Afrika.

Watoto wa Mungu, ni lazima tutambue kuwa sisi sote tumeokolewa kwa neema, na wala si kwa matendo ya sheria (Waefeso 2:8-9). Kama tutaishi kwa kufuata mambo ya mwili, hapo tunataka kufa, bali kama tutayafisha matendo ya mwili kwa roho, hapo tutaishi, kwa kuwa wanaongozwa na Roho, hao ndiyo wana wa Mungu (Warumi 8:13-14).

Ndugu msomaji, sasa tumefikia mwisho wa nakala hii ya online. Kwenye kitabu chetu "NENO LA MUNGU LINASEMA NINI KUHUSU SABATO" kuna zaidi ya Sehemu 20 ambazo hatujazitoa online. Kitabu kinachapishwa na tutawataarifu kitakapo kuwa tayari.

JE, KUSALI NA KUABUDU SIKU YA JUMAPILI NI MAKOSA?

Kwenye somo letu lililo pita "Sehemu ya Nane" tulijifunza sababu zilizo mfanya Bwana Yesu kuingia Sinagogi. Sasa tutajifunza kama kusali na au kuabudu siku ya Jumapili ni makosa.

Wasabato wanasema kuwa, Mungu aliweka agano lake na kamwe haliwezi kubadilika. Hivyo basi, kwenda Kanisani siku ya Jumapili ni kinyume na sharia ya Nne kati ya zile kumi, na ni makossa. Je, kusali jumapili ni makossa? Zifuatazo ni baadhi tu ya hoja hizo na majibu yake;

Neno la Mungu linasema wazi kuwa kuitunza Sabato ilikua ishara maalumu kati ya Mungu na Waisraeli: "Kwa ajili ya hayo wana wa Israeli watishika sabato, kuiangalia sana hiyo sabato katika vizazi vyao vyote, ni agano la milele. Ni ishara kati ya mimi na wana wa Israeli milele; kwani kwa siku sita BWANA alifanya mbingu na nchi, akastarehe kwa siku ya saba na kupumzika" (Kutoka 31: 16-16).

1. WASABATO WANASEMA KUSALI JUMAPILI NI MAKOSA: Wasabato hudai kwamba, Wakristo wanaofanya ibada zao siku ya jumapili, ni makosa mbele za Mungu, maana siyo agizo la Mungu bali ni agizo la mwanadamu.

Hoja hii ya Wasabato si ya msingi na haina ukweli ndani yake na ni dhaifu katika maantiki ya kuwa Mungu alivunja sabato kupitia Yesu ambaye ni Bwana wa Sabato

HOJA FUPI: WAKRISTO NI WANAFUNZI WA YESU NA SIO MUSA Kwanza kabisa ningependa watu waelewe kwamba, Wakristo wanaofanya ibada zao siku ya jumapili na siku nyingine, hao si wanafunzi wa Musa, bali ni wanafunzi wa Bwana wetu Yesu Kristo, ambaye ndiye mdhamini wa agano lililo bora zaidi, yaani agano jipya, kama Biblia inavyosema katika Waebrania 7:22, "Basi kwa kadiri hii Yesu amekuwa mdhamini wa agano lililo bora zaidi."

Lakini pia, msingi wao, wa kufanya ibada siku ya Jumapili na siku nyingine, hautokani na torati ya Musa, bali ni msingi unaotoka kwa Bwana wetu Yesu Kristo (nitaeleza kwa upana katika sura inayosema 'Kwa nini Wakristo wanafanya ibada zao siku ya Jumapili').

Hata hivyo, bado katika agano la kale Mungu aliagiza watu wakusanyike Jumapili ingawa wasabato wengi hawalioni andiko hilo.

UTHIBITISHO: Tukiangalia katika Kutoka 12:16 Biblia inasema, "SIKU YA KWANZA kutakuwa kwenu na kusanyiko takatifu, na SIKU YA SABA kutakuwa na kusanyiko takatifu, haitafanywa kazi yoyote katika SIKU

HIZO, isipokuwa kwa hiyo ambayo kila mtu hana budi kula, hiyo tu ifanyike kwenu." Siku ya kwanza ya juma ni Jumapili, na siku ya saba ni Jumamosi kwa kalenda yetu. Kwa hiyo mtoto wa Mungu, mwanafunzi yeyote wa Musa wa nyakati za leo anapokuja na kukusumbua juu ya siku ya Jumamosi, mwambie mbona siku ya kwanza ya juma yeye hafanyi ibada na ni agizo la Mungu kama tulivyokwisha kuona katika Kutoka 12:16.

2. WASABATO WANADAI KUWA, KUABUDU JUMAPILI "SUNDAY" NI IBADA YA MUNGU JUA:

Wasabato wanadai kwamba, Wakristo wanafanya kusanyiko siku ya Jumapili, wana abudu mungu Jua, kwa sababu siku ya Jumapili kwa Kiingereza huitwa 'Sunday' ikimaanisha siku ya Jua.

Hoja hii si ya msingi na haina ukweli ndani yake zaidi ya kusema kinyume na maandiko. Ili tupate kuelewa ukweli wenyewe, kwanza ni vema tukaziorodhesha siku zote saba kwa kiingereza alafu tuangalie maana ya siku zote saba, hapo ndipo tutabaini ukweli. Lakini ni vema tukafahamu kuwa, siku hizi saba, zilipewa majina na wapagani wa Kirumi kulingana na mungu wa kila siku hiyo, ingawa Mungu alipoumba siku, hakuzipa majina, bali alitumia siku ya kwanza hadi siku ya saba. Hivyo kuzipa kwao majina ya miungu yao ya kipagani, haizuii Wakristo wa kweli kumuabudu Mungu wao aliyeumba siku hizo, maana Yeye ndiye Mzee wa siku. Kwa mfano, siku inapoitwa, siku ya Mwenge (Mwenge day) ikiangukia Jumamosi, je tutasema wasabato wanamwabudu mungu Mwenge, na hivyo kuwafanya wasifanye ibada siku hiyo? Kwa sababu serikali imetangaza siku hiyo ni siku ya

Mwenge (Mwenge day). Au siku ya ukimwi duniani, ikiangukia Jumamosi, je itawazuia wasabato wasifanye ibada siku hiyo, kwani ni siku ya ukimwi, hivyo wakifanya ibada zao watakuwa wanamwabudu mungu ukimwi? Ebu sasa turudi kwenye kuangalia majina ya siku zote saba kwa Kiingereza na maana yake;

Maana Ya Majina Ya Siku Kwa Kiingereza

Jumatatu (Monday) - inatokana na moon day, kwa wapagani wa nyakati zile ilimaanisha siku ya kumwabudu mungu moon (mwezi).

Jumanne (Tuesday) –inatokana na tiw's day, kwa wapagani wa nyakati zile ilimaanisha ni siku ya mungu Tiw.

Jumatano (Wednesday) –inatokana na wedn day au woden day, kwa wapagani ilimaanisha siku ya mungu wedn au woden.

Alhamisi (Thursday) –inatokana na thor day, kwa wapagani ilikuwa ni siku ya kumwabudu mungu thor.

Ijumaa (Friday) - inatokana na frig day au freia day, kwa wapagani ilikuwa ni siku ya mungu frig au freia.

Jumamosi (Saturday) –inatokana na Saturn day (siku ya sayari zohari), kwa wapagani ilikuwa ni siku ya kumwabudu mungu wa Kirumi aitwaye Saturnyaani kwa Kiswahili sayari ya zohari.

Jumapili (Sunday) –ilitokana na sun day (siku ya jua), kwa wapagani waKirumi ilikuwa ni siku ya kumwabudu mungu sun (jua).

Hivyo basi, Siku zote za juma, Warumi walizipa majina ya miungu yao, kwa sababu hao kwa kipindi hicho ndiyo walikuwa watawala. Swali linakuja, kwa vile zimepewa majina ya miungu ya kipagani, hivyo siku zote hazifai kufanya ibada?

Siku ya Jumamosi, Warumi walikuwa wakimwabudu mungu Saturn kwa Kiswahili zohari, swali ni kwamba, kwa kufanya ibada zao Jumamosi, wasabato wote wanamwabudu mungu zohari yaani sayari ya zohari (Saturn)?

Mtoto wa Mungu ni lazima ufahamu kwamba, kupewa jina baya la siku, halikuzuii wewe siku hiyo kumwabudu Mungu wa kweli, kwa sababu jina hilo halitoki kwa Mungu bali hutoka kwa mwanamu ambaye hajawahi kuiumba siku. Kwa hiyo kama msabato atakwambia kuwa unafanya ibada Jumapili (Sunday) hivyo unamwabudu mungu jua, basi wewe utamjibu unafanya ibada Jumamosi (Saturday), hivyo unamwabudu mungu sayari ya Saturn (zohari). Hata hivyo wanaomwabudu Mungu wa kweli siku ya Jumapili, hawafanyi ibada kwa mungu jua, bali wanafanya ibada kwa Mungu wa kweli aliyeumba Jua.

3. WASABATO WANADAI KUWA YESU ALISHIKA SABATO

Wasabato hudai kwamba, kwa vile Bwana Yesu aliingia hekaluni siku ya sabato (Marko 1:21; Luka 4:31), hivyo alishika sabato.

TAKRIBANI ASILIMIA 99 YA WASABATO HAWAELEWI MAANA YA NENO SABATO.

Hoja hii pia si ya msingi na wala si ya kweli. Katika utafiti wangu nilioufanya, nimegundua kuwa waumini wa dhehebu la wasabato, asilimia 99 hawaelewi maana ya neno sabato, na hata walipoletewa dhehebu hili kutoka Marekani, walikuwa hawajatafuta kuchunguza maandiko kama watu wa Beroya (Matendo 17:11-12).

Sabato maana yake ni pumziko la kazi, na kuingia hekaluni haina mahusino na neno sabato. Kuingia hekaluni siku ya kwanza ya juma (Jumapili) na siku ya saba kwa wana wa Israeli ilikuwa ni agizo la kusanyiko la kawaida (Kutoka 12:16). Ila kama Biblia ingesema Bwana Yesu alipumzika kufanya kazi siku ya sabato, hapo tungesema kuwa alishika sabato.

Anayejua kuwa Bwana Yesu alishika sabato au la ni wasabato halisi (Mafarisayo) wa nyakati za Yesu, maana hao ndiyo waliopewa kushika sabato na Mungu mwenyewe, na siyo wanaojiita wasabato leo ambao wameagizwa kushika sabato na waanzilishi wa dhehebu hilo.

Ebu tuwasikilize wasabato halisi (Mafarisayo) zama za Yesu wanasemaje, je Bwana Yesu alishika sabato au la?

UTHIBITISHO:

Katika kitabu cha Yohana 9:16 Biblia inasema, "Basi baadhi ya Mafarisayo wakasema, Mtu huyu hakutoka kwa Mungu, KWA SABABU HASHIKI SABATO.

Wengine wakasema, awezaje mtu mwenye dhambi kufanya ishara kama hizo, kukawa matengano kati yao."

WAYAHUDI NA MAFARISAYO WALITAKA KUMUUA YESU KWASABABU ALIIVUNJA SABATO NA KUSEMA KUWA MUNGU NI BABA YAKE

Kama ulikuwa huwajua Wasabato hali, sasa nategemea umesha pata picha kamili. Wasabato halisi wanakiri kabisa kwamba, Bwana Yesu hakushika sabato.

Bwana Yesu siku ya sabato aliendelea kufanya shughuli zake kama kawaida, Yohana 5:16-18 Biblia inasema, "Basi kwa sababu hiyo Wayahudi walizidi kutaka kumwua, KWA KUWA HAKUIVUNJA SABATO TU, bali pamoja na hayo, alimwita Mungu Baba yake."

Oh Halleluya! Tunaona jinsi Bwana wetu alivyovunja sabato na ndiyo maana, wakataka kumwua. Kama kweli, katika Agano jipya tunashika sabato, mbona Bwana wetu aliivunja sabato, na Yeye ndiyo kiongozi mkuu wa wokovu wetu (Waebrania 2:10)?

SASA, NYIE WASABATO MNAMFUATA MUSA AU MNAMFUATA YESU

Sasa ndugu jiulize, unamfuata Musa au unamfuata Bwana Yesu aliyeivunja sabato?

Kama unamfuata

Musa hutafika mbinguni, kwani yeye mwenyewe alishasema habari za kumfuata Bwana Yesu na siyo yeye, Kumbukumbu 18:15, tunasoma, "Bwana, Mungu wako, atakuondokeshea nabii miongoni mwa ndugu zake kama nilivyo mimi; msikilize yeye."

1. Lakini kama unamfuata Bwana YESU sabato ya nini?

2. Aliivunjwa kwa kuwa alijua ni kivuli tu, ilikuwa ni ishara yake, sasa yeye aliye pumziko la kweli amekuja, sasa sabato ya nini?

Kama unasema unamfuata Bwana Yesu, na wakati bado, hautaki kuivunja sabato (kivuli), kamwe hutaweza kuona wokovu halisi uliotokana na kazi ya msalaba. Kwa kuwa Yeye ndiye kiongozi wako na Mungu wako, na aliivunja sabato na wewe uivunje, kwa kuwa sisi sote tunamfuata Kristo kwa kila neno na tendo.

Ndugu msomaji nategemea umesha elewa kuhusu Wasabato na ni wafuasi wa MUSA na sio YESU. Kama unabisha, basi nieleze kwanini katika Yohana 9:16 Biblia inasema, "Basi baadhi ya Mafarisayo wakasema, Mtu huyu hakutoka kwa Mungu, KWA SABABU HASHIKI SABATO. Wengine wakasema, awezaje mtu mwenye dhambi kufanya ishara kama hizo, kukawa matengano kati yao."?

Sabato ilipeanwa kwa Waisraeli, si kanisa. Sabato bado ingali siku ya Jumamosi si Jumapili na haijawai badilishwa. Bali sabato ni sehemu ya sheria ya Agano La Kale na Wakristo wako huru kutoka kwa mkono wa sheria (Wagalatia 4:1-26; Warumi 6:14). Wakristo hawitakiwi kuitunza sabato hata kama iko siku ya Jumamosi au Jumapili. Siku ya kwanza ya juma, siku ya Bwana (Ufunuo 1:10) za sherekea kiumbe kipya Kristo aliyefufuka akiwa kiongozi wetu. Hatujaamrishwa kiufuata sheria ya Musa ya sabato ya kustarehe, bali tuko huru kumfuata Kristo aliyefufuka. Mtume Paulo alisema kwamba kila mkristo amue mweneyewe kama ataifuata sabato, "Mtu mmoja afanya tofauti kati ya siku na siku; mwingine aona siku zote kuwa sawasawa. Kila mtu na athibitike katika akili zake mwenyewe" (Warumi 14:5). Twastahili kumwabudu Mungu kila siku, si Jumamosi pekee or Jumapili pekee.

Warumi 14:1-12, tumewekwa huru kutokana na laana ya Sheria, hivyo basi, kusali si lazima iwe Jumamosi au Jumapili. Mungu hana utegemezi wa siku tena bali unaweza kusali siku yeyote ile na Mungu akakusikia na si lazima uwe kwenye Jengo ambalo tunaliita "Kanisa".

Biblia inaendelea kusema kuwa, tupo huru katika Kristo Warumi 6:14. Ndio maana tuanenda Kanisani katikati ya wiki na tunasali Mungu.

Warumi 14.5 Mtu mmoja afanya tofauti kati ya siku na siku, mwingine aona siku zote kuwa sawasawa. Kila mtu na athibitike katika akili zake mwenyewe. 6 Yeye aadhimishaye siku, huiadhimisha kwa Bwana; naye alaye, hula kwa Bwana, kwa maana amshukuru Mungu; tena asiyekula, hali kwa Bwana, naye pia amshukuru Mungu.

Nduguzangu, kutokana na Warumi 14, tumewekwa huru kuchagua siku ya kuabudu, na nini tule au tusile, hivyo hivyo ni kuadhimisha kwa Bwana. Hivyo basi, hakuna kosa lolote lile mtu anapo sali Jumamosi au Jumapili au Jumatatu, au siku yeyote ile ya wiki. Mungu wetu yupo kila siku na siku zote alizumba yeye.

SURAH 10

KUSHIKA SABATO KUNAAMBATANA NA TORATI YOTE YA MUSA

Kwenye somo letu lililo pita "Sehemu ya Tisa" tulijifunza kwanini Wakristo wanaabudu Jumapili, siku ya kwanza ya juma. Sasa tutajifunza kama kushika siku ya sabato kunaambatana na Torati yote ya Musa.

Maandiko matakatifu yanasema katika Yohana 1:17 "Kwa kuwa torati ilitolewa kwa mkono wa Musa; neema na kweli zilikuja kwa mkono wa Yesu Kristo."

Ndugu msomaji na watoto wa Mungu, ni jambo la msingi sana kufahamu kwamba, tunapotaja neno torati, tunamaanisha Amri kumi, sheria 613 na hukumu zake.

Torati = Amri Kumi+ Sheria 613 + Hukumu Zake

Ningependa ufahamu kuwa katika nyakati za agano la kale "first dispensation", ilikuwa, huwezi kuwa mkamilifu kwa kushika amri kumi tu bila kushika na sheria nyingine 613 na kuzitendea kazi hukumu zake. Mtu asiyetendea kazi yote yaliyoandikwa katika torati, alikuwa amelaaniwa;

UTHIBITISHO:

Galatia 3:10 tunasoma, "Kwa maana wale wote walio wa matendo ya sheria, wako chini ya laana; maana imeandikwa, Amelaaniwa kila mtu asiyedumu katika YOTE yaliyoandikwa katika kitabu cha torati, ayafanye."

Kumbe Mungu aliwaagiza wana wa Israeli washike torati yote na sio kushikilia siku moja to ya Jumamosi kama ambavyo Wasabato wa leo wanavyo fanya;

UTHIBITISHO:

Walawi 20:22 tunasoma, "Basi zishikeni amri zangu ZOTE, na hukumu zangu zote, na kuzifanya; ili kwamba hiyo nchi, ambayo nawapeleka ninyi kuiketi isiwatapike."

UTHIBITISHO:

Pia Kitabu cha Kutoka 35:10 Biblia inasema, "Na kila mtu kati yenu aliye na moyo wa hekima na aje, na kuyafanya haya YOTE ambayo Bwana ameagiza."

Sasa basi, Wasabato wao wanang'ang'ania sheria ya kushika sabato na makatazo ya baadhi ya vyakula katika nyakati hizi za Agano jipya, Watu hawa ni wazi kabisa, hawapo kwenye fungamano la Agano Jipya, maana tumeona bayana kwamba, sheria hii, Bwana hakuipitisha, kwa kuwa ilikuwa ni ishara, iliyokuwa ikimuashiria Yeye kama (sabato) pumziko la kweli la kiroho (Wakolosai 2:16-17).

Hivyo kushika sabato ni kukataa sheria ya Kristo na kuikubali sheria ya Musa. Na sharti la sheria ya Musa (torati) ni kwamba, ni lazima mtu ashike Amri kumi zote, sheria nyingine 613 na hukumu zake.

Mfano; sheria ya kushika sabato ilikuwa na hukumu yake, pale ambapo mtu, alionekana kutoitimiza, yaani alipaswa kuuawa;

UTHIBTISHO:

Kutoka 31:14 tunasoma, "Basi mtaishika hiyo sabato; kwa kuwa ni takatifu kwenu; kila mtu atakayeitia unajisi hakika yake atauawa, kwa kuwa kila mtu afanyaye kazi katika siku hiyo, nafsi hiyo itakatiliwa mbali na watu wake."

UTHIBITISHO:

Kitabu cha Kutoka 35:2 Biblia inasema, "Fanyeni kazi siku sita, lakini siku ya saba itakuwa siku takatifu kwenu; ni sabato ya kustarehe kabisa kwa Bwana; mtu awaye yote atakayefanya kazi yoyote katika siku hiyo ATAUAWA."

Kama Mungu alitoa agizo la kushika sabato, na pia akatoa agizo kuwa atakayefanya kazi yoyote siku hiyo ni lazima auawe; Je ni wasabato wangapi leo tunawaona wanafanya kazi Jumamosi, kama kuna usahihi wowote mbona hatuoni wakiitekeleza hukumu ya kuuana? maana ni agizo la Mungu mwenyewe.

Yakobo 2:10 inasema mtu akiishika sheria yote, akajikwaa katika neno moja tu, amekosa juu ya yote.

NDIO MAANA YESU ALIIVUNJA SABATO:

Wapendwa! hii ndiyo sababu iliyompelekea Bwana Yesu kuivunja sabato, baadhi ya sheria na hukumu zote; kwa kuwa ilikuwa ni huduma ya mauti (2 Wakorintho 3:7).

KWANINI WASABATO HAMSHIKI SHERIA 613 NA HUKUMU ZAKE?

Mtu anayeshika sheria ya sabato katika nyakati hizi za agano jipya, anapaswa kushika na amri tisa zote, pamoja na sheria 613 na hukumu zake, ambazo zote zimefafanuliwa kwenye vitabu vya Kutoka, Mambo ya Walawi, Hesabu na Kumbukumbu la torati. Lakini kama Wayahudi walishindwa, sisi tutaweza wapi? Watoto wa Mungu, tusikubali kujitwisha mizigo ambayo Bwana wetu alikwisha itua, kwa nini tuendelee kukaa kwenye makosa yaliyofanyika katika agano la kwanza;

UTHIBITISHO:

Waebrania 9:15 tunasoma, "Kwa sababu hii ni mjumbe wa agano jipya,ili, mauti ikiisha kufanyika, KWA KUKOMBOA MAKOSA YALIYOKUWA CHINI YA AGANO LA KWANZA, hao walioitwa waipokee ahadi ya urithi wa milele." Kazi ya torati (ikiwemo sheria ya sabato) ilikuwa ni kama kiongozi cha kutuleta kwa Bwana Yesu kama maandiko yanavyosema katika kitabu cha Wagalatia 3:24-26 tunasoma, "Hivyo torati imekuwa kiongozi kutuleta kwa Kristo, ili tuhesabiwe haki kwa imani. Lakini, iwapo imani imekuja, hatumo tena chini ya kiongozi (torati-ikiwemo sabato)." Sabato ni kama kiongozi cha kutuleta kwa Kristo maana Yeye ndiye sabato mwenyewe (pumziko), sasa kwa vile Kristo amekuja, sasa hatupasWi kuing'ang'anisa sabato.

Madhara Ya Kushika Sheria Ya Sabato

1. Kushika sabato kuna mfanya mtu asiwe mwana funzi wa Yesu, bali mwanafunzi wa Musa, kwa kuwa torati ilikuja kwa mkono wa Musa na neema na kweli vilitolewa kwa mkono wa Yesu (Yohana 1:17).

2. Kushika siku ya sabato ni mafundisho manyonge na yenye upungufu, hivyo kumfanya mtu awe mwana wa Jehanamu mara mbili (Mathayo 23:15). Kitabu cha Wagalatia 4:9-10 Biblia inasema, "Bali sasa mkiisha kumjua Mungu, au zaidi kujulikana na Mungu, kwa nini kuyarejea tena mafundisho ya kwanza yaliyo manyonge, yenye upungufu, ambayo mnataka kuyatumikia tena? MNASHIKA SIKU, na miezi, na nyakati, na miaka."

3. Kushika sabato, kunamfanya mtu kuwa chini ya laana. Na hii ni kwa sababu sabato ni sheria iliyo katika torati; na tunaposema torati, tunamaanisha amri kumi, sheria 613 na hukumu zake. Na ilikwisha kuandikwa kuwa mtu asiyeshika torati yote ni amelaaniwa; Galatia 3:10 tunasoma, "Kwa maana wale wote walio wa matendo ya sheria, wako chini ya laana; maana imeandikwa, Amelaaniwa kila mtu asiyedumu katika YOTE yaliyoandikwa katika kitabu cha torati, ayafanye." Kristo ndiye aliyetukomboa kutoka katika laana ya torati (Wagalatia 3:13), na ndiyo maana ukimwamini Bwana YESU, ni lazima ufuate sheria ya Kristo (Wagalatia 6:2), na siyo sheria ya Musa. Kushika sabato (pumziko) siyo

sheria ya Kristo, na Bwana Yesu na Baba yake waliipinga kama tunavyoweza kusoma katika Yohana 5:16-18, "Kwa sababu hiyo Wayahudi wakamwuudhi Yesu, kwa kuwa alitenda hayo siku ya sabato. AKAWAJIBU, BABA YANGU ANATENDA KAZI HATA SASA, NAMI NINATENDA KAZI. Basi kwa sababu hiyo Wayahudi walizidi kutaka kumwua, kwa kuwa HAKUIVUNJA SABATO TU, bali pamoja na hayo, alimwita Mungu Baba yake, akijifanya sawa na Mungu." Swali ni hili, huyu Yesu liyeshika sabato na kuwafundisha watu leo washike sabato ni Yesu yupi.

4. Kushika sabato kuna mfanya mtu awe mwilini; na mtu anayeufuata mwili ni ngumu sana kumpendeza Mungu (Warumi 8:8), kwa kuwa hatoweza kushinda dhambi. Na ndiyo maana utaona mtu anashika sabato, lakini bado haogopi kwenda kwa waganga wa kienyeji, haoni ni makosa kubishana, haoni dhambi kufanya uasherati na uzinzi. Kwake kuinadi sabato ndiyo injili, kuliko kumnadi Bwana Yesu.

5. Kushika sabato kunatengeneza ngome ya kifarisayo ndani ya mtu; na madhara ya ngome hii ni kwamba, hata kama mtu akisikia ukweli kutoka kwa Mungu mwenyewe, bado mtu huyo hawezi kuusikia wala kuufuata ukweli huo. Ufahamu wa mtu unafungwa hata nuru ya wokovu isimzukie (2 Wakorintho 4:4), hivyo moja kwa moja mtu anakuwa amekata tiketi ya kwenda Jehanam ya moto.

6. Kushika sabato kunamfanya mtu awe mnafiki. Mtu mnafiki huwa na kawaida ya kutangaza sheria na kuitilia mkazo, lakini yeye mwenyewe haitendei kazi. Luka 13:15 Biblia inasema, "Lakini Bwana akamjibu akasema,

Enyi wanafiki, kila mmoja wenu, je! Hamfungui ng'ombe wake au punda wake siku ya sabato katika zizi, aende naye kumnywesha?" Na ukweli ni kwamba hakuna mnafiki atakayeurithi ufalme wa Mungu.

Sasa baada ya kusoma na kuyafahamu madhara ya kushika Sabato, je, utaendelea kushika hiyo sabato na upatwe na madhara, au utajisalimisha kwa Yesu na kuwa huru?

JE, SABATO ILIKOMESHWA?

Baada ya kufahamu kuwa, kushika torati kunaambatana na Torati ya Musa "Sehemu ya Kumi", sasa tuangalie, Je, Sabato ilikomeshwa?

Je, unafahamu kuwa agizo la kushika siku ya sabato na torati yote kwa ujumla, ilikuwa ni huduma ya mauti au huduma ya adhabu ya kifo?

Siandiki mada hii kuhusu "SABATO" kwa sababu napenda kushindana na watu! La hasha! Kwa upande moja, napenda kuondoa utata juu ya mada hii. Kwa upande mwingine, inanihuzunisha sana na nasikia uchungu kuona watu na au Wakristo wenye nia njema tu ya kufanya mema, lakini wanatumia njia au sheria ambayo haina nguvu na ni kivuli tu, huku tukiwa na Yesu ambaye ndie Bwana wa Sabato.

UTHIBITISHO:

Katika kitabu cha 2 Wakorintho 3:7-8 tunasoma, "Basi, ikiwa huduma ya mauti iliyoandikwa na kuchorwa katika mawe, ilikuja katika utukufu, hata Waisraeli hawakuweza kuukazia macho uso wa Musa, kwa sababu ya utukufu wa uso wake; nao ni utukufu uliokuwa ukibatilika. Je huduma ya roho haitazidi kuwa katika utukufu?"

Kwa hiyo torati yote ikiwemo kushika sabato, ilikuwa ni huduma ya mauti. Pia torati haikuwa huduma ya mauti tu, bali ilikuwa ni nguvu za dhambi, kama maandiko yanavyosema katika kitabu cha 1 Wakorintho 15:56, "Uchungu wa mauti ni dhambi, na nguvu za dhambi ni torati."

Kwa kadiri unavyozidi kuifuata torati ndivyo nguvu ya dhambi inavyozidi, kwa kuwa torati kazi yake ni kubaini makosa. Haina tofauti na darubini ya kupima vijidudu vya magonjwa. Kwa vile torati ilikwisha tolewa katika agano la kale na imetufanya kujua dhambi nini; hivyo katika agano jipya, haupaswi tena kuifuata torati, bali tunapaswa kuifuata dawa ya dhambi, ambayo ni Bwana wetu Yesu Kristu.

UTHIBITISHO:

Warumi 8:2 Biblia inasema, "Kwa sababu sheria ya Roho ya uzima ule ulio katika Kristo Yesu imeniacha huru, mbali na sheria ya dhambi na mauti."

Kwa ujumla ni kwamba, torati ilikuwa ni huduma ya mauti, kwa kuwa sheria walizoshindwa kuzifuata Wana wa Israeli, iliwalazimu kuuawa. Watu wengi walikufa kwa nguvu ya torati; mfano mtu ambaye hakushika sabato aliuawa (Kutoka 31:14-15; Kutoka 35:2-3).

Mtu aliye jaribu kukusanya kuni siku ya sabato kwa kusudi la kujipikia chakula aliuawa (Hesabu 15:32-36).

Watu wagonjwa hawakutakiwa kutibiwa siku ya sabato hivyo kusababisha watu wengi kufa (Luka 13:14), kitu ambacho si mpango wa Mungu.

KUMBE HATA WAISRAELI WALISHINDWA KUISHIKA TORATI

Hata hivyo, pamoja na torati kuwa ni huduma ya mauti, pia Wana wa Israeli wenyewe, hawakuweza kudumu katika lile agano la kwanza walilofanya na Mungu, hivyo kufanya agano hilo, kutofanikiwa;

UTHIBITISHO:

Yohana 7:19 tunasoma, "Je! Musa hakuwapa torati? Wala hakuna mmoja wenu aitendaye torati."

KWANINI AGANO HUVUNJWA AU VUNJIKA?

Ni vema ifahamike kuwa, kinachofanya agano kudumu, ni kutimizwa kwa masharti au sheria au taratibu za agano husika. Katika agano lolote au mkataba wowote ule, ni lazima kuwepo kwa masharti au sheria zilizowekwa, ili kuulinda mkataba au agano hilo. Kwa hiyo mtu anayevunja sheria katika mkataba au agano fulani, tayari yeye, ndiye anayekuwa amevunja huo mkataba au hilo agano. Wana wa Israeli walifanya agano na Mungu, na agano hilo lililindwa na vifungu vya sheria ambavyo ni torati yote; sasa kwa vile wote walikosa kuitendea kazi torati kama tunavyoona katika Yohana 7:19; Ezekieli 20:21, hivyo, kitendo cha kutoitendea kazi torati, tayari walikwisha vunja agano la kwanza na siyo Mungu. Na ndiyo maana zama za Nabii Isaya, Bwana alimtumia Nabii huyo kuwaambia wana wa Israeli kwamba yeye hataki tena sabato zao na ibada zao; Isaya 1:13 tunasoma, "Msilete tena matoleo ya ubatili; uvumba ni chukizo kwangu; mwezi mpya na SABATO, kuita makutano; siyawezi maovu hayo na makutano ya ibada."

Vitu hivi vyote, havikuwa na maana tena mbele za Mungu kwa kuwa tayari wana wa Israeli walikwisha liharibu Agano Lake. Na kama agano lilikwisha haribika, kushika sabato na ibada zao zilikuwa na maana gani mbele za Mungu? Hivyo kwa huruma yake, aliamua kufanya mpango mpya wa kuweka agano jipya na sheria zikiwa zimeboreshwa.

Kabla ya kukomeshwa kwa sabato na agano la kwanza kwa ujumla, Mungu kwa hekima yake alianza kuwatumia manabii kutoa matangazo juu ya ujio wa agano jipya na kukomeshwa sabato;

MANABII WALITABIRI KUKOMESHWA KWA TORATI

UTHIBITISHO WA NABII HOZEA:

Nabii Hosea alitoa unabii juu ya kukomeshwa kwa sabato na siku za kusanyiko zilizoamriwa. Hosea 2:11 tunasoma, "Tena nitaikomesha furaha yake yote, na sikukuu zake, na siku zake za mwandamo wa mwezi, NA SABATO ZAKE, na makusanyiko yake yote yalioamriwa."

UTHIBITISHO WA MUSA:

Baada ya kutofanikiwa kwa torati, Musa alitangaza kabisa ujio wa mdhamini wa agano jipya (Bwana Yesu) na ujio wa sheria ya Kristo. (Kumbukumbu 18:15-19).

UTHIBITISHO WA ISAYA:

Nabii Isaya alianza kupiga debe juu ya ujio wa agano jipya (Isaya 55:3).

UTHIBITISHO WA YEREMIA:

Yeremia naye hakubaki nyuma, naye alianza kupiga mbiu juu ya agano jipya (Yeremia 31:31; 32:40).

SABABU ZA NYONGEZA ZA KUKOMESHWA KWA SABATO NA TORATI YOTE KWA UJUMLA

TORATI ILIKUWA NI KIVULI:

Torati ilikuwa ni kivuli tu cha mema yatakayo kuja na haikuwa kitu halisi.

Waebrania 10:1 tunasoma, "Basi torati, kwa kuwa ni kivuli cha mema yatakayokuja, wala si sura yenyewe ya mambo hayo, kwa dhabihu zile zile wanazozitoa kila mwaka daima, haiwezi wakati wowote kuwakamilisha wakaribiao." Sabato ni sehemu ya torati, hivyo wanaoshika sabato, ni vema waelewe kuwa, sabato si kitu halisi, ilikuwa ni kivuli tu.

TORATI ILIKUJA KUTULETEA YESU:

Torati ni kiongozi tu cha kutuleta kwa Yesu.

Wagalatia 3:24-26 tunasoma, "Hivyo torati imekuwa kiongozi kutuleta kwa Kristo, ili tuhesabiwe haki kwa imani. Lakini iwapo imani imekuja, hatupo tena chini ya kiongozi." Mfano; Wewe ni mgeni, na umefika maeneo ambayo unataka kukutana na mwenyeji wako, na wakati huo huo, ukakutana na mtu usiyemjua, na kwa baati nzuri huyo mtu, akasema kuwa mwenyeji wako unayemtafuta, ninafahamu alipo, hivyo, akaamua kukupeleka. Baaada ya huyo mtu kukufikisha, je utaamua kumng'ang'ania huyo aliyekupeleka au utabaki na mwenyeji wako, uliyekusudia kufika kwake. Sasa sabato ilikuwa ni kiongozi cha kutupeleka kwa Kristo, sasa kwa sababu tumempata Kristo, hatuhitaji tena sabato.

Torati Ilikuwa Haina Uwezo wa Kutoa Au Samehe Dhambi

Torati ilikuwa haiondoi uhitaji yaani ilikuwa haitibu dhambi bali ilikuwa ikibaini dhambi na kuadhibu.

2 Wakorintho 3:15-16 tunasoma, "Ila hata leo, torati ya Musa isomwapo, utaji huikalia mioyo yao. Lakini wakati wowote watakapomgeukia Bwana, ule utaji huondolewa."

KUWA CHINI YA TORATI NI KUWA CHINI YA LAANA:

Kuwa chini ya torati ni kuwa chini ya laana, kwa sababu ilimlazimu mtu kuifuata torati yote bila kuacha hata kitu kimoja. Hii haikuwezekana, hivyo kuwafanya watu wote kuwa chini ya laana (Wagalatia 3:10; 5:3-4).

TORATI HUCHOCHEA KUTENDA DHAMBI:

Torati huchochea nguvu ya dhambi (1 Wakorintho 15:56).

ANGALIZO MUHIMU:

1. Torati (ikiwemo na sheria ya kushika sabato) pamoja na manabii, vilikuwapo mpaka Yohana mbatizaji; Luka 16:16 Biblia inasema, "Torati na manabii vilikuwapo mpaka Yohana; tangu wakati huo habari njema ya ufalme wa Mungu, hutangazwa, na kila mtu hujiingiza kwa nguvu." Kwa hiyo, kushika sabato ilikuwa mwisho wake nyakati za Yohana Mbatizaji na siyo nyakati hizi za Agano jipya.

2. Watu waliompokea Bwana Yesu kuwa Bwana na mwokozi wa maisha yao, hao ni wahudumu wa Agano jipya; 2 Wakorintho 3:6, tunasoma, "Naye ndiye aliyetutosheleza, kuwa wahudumu wa Agano jipya; si wa andiko, bali wa Roho, kwa maana andiko huua, bali Roho huhuisha."

3. Katika nyakati hizi za Agano jipya, hatuifuati torati bali tunaifuata sheria ya Kristo (Wagalatia 6:2). Wagalatia 5:14 tunasoma, "Maana torati yote imetimilika katika neno moja, nalo ni hili, umpende jirani yako kama nafsi yako." Kitabu cha Mathayo 22:37-40 tunasoma, "Akamwambia, mpende Bwana Mungu wako, kwa moyo wako wote, na kwa roho yako yote, na kwa akili zako zote. Hii ndiyo amri iliyo kuu, tena ni ya kwanza. Na ya pili yafanana nayo, nayo ni hii, mpende jirani yako kama nafsi yako. Katika amri hizi, hutegemea torati yote na manabii." Hizi zote ni miongoni mwa sheria ya Kristo; Wagalatia 6:2 inasema, "Mchukuliane mizigo na kuitimizwa hivyo sheria ya Kristo."

4. Bwana YESU alifanya kazi siku ya sabato (Yohana 5:16-18; Yohana 9:16), lakini bado Biblia inasema

hakufanya dhambi (Waebrania 4:15). Kushika sabato nyakati za leo ni maagizo ya waanzilishi wa dhehebu hilo na siyo maagizo ya Bwana YESU (Waanzilishi hao ni William Miller 1782-1849; Hiram Edson; Joseph Bates na Hellen Gould White).

5. Mpendwa mtoto wa Mungu, kushika sabato katika Agano jipya si maagizo ya Mungu, kamwe usikubali kuifuata, maana utatolewa kutoka katika uanafunzi wa Yesu na kuwa mwanafunzi wa Musa. Na isitoshe neno la Mungu katika Wakolosai 2:16 linasema, "Mtu asiwahukumu ninyi katika vyakula au vinywaji, au kwa sababu ya sikukuu au mwandamo wa mwezi, au SABATO. Mambo hayo ni kivuli cha mambo yajayo; bali mwili ni wa Kristo." Mtu akikwambia kuhusu kushika sabato au sheria za kutokula vyakula na kunywa vinywaji, mwambie, "Siwezi kushika kivuli, maana Biblia inasema hayo yote yalikuwa ni kivuli cha mambo yajayo, bali ninamshika Kristo."

6. Anayeitegemea torati (ikiwemo na sabato), huyo ni kiongozi kipofu, mkufunzi wa wajinga na mwalimu wa watoto wachanga. Warumi 2:17-20 tunasoma, "Lakini wewe ukiwa unaitwa Myahudi na kuitegemea torati, na kujisifu katika Mungu, na kuyajua mapenzi yake, na kuyakubali mambo yaliyo bora, nawe umeelimishwa katika torati, na kujua hakika ya kuwa wewe mweyewe u kiongozi wa vipofu, mwanga wao walio gizani, mkufunzi wa wajinga, mwalimu wa watoto wachanga, mwenye namna ya maarifa na ya kweli katika torati."

Agano Jipya, Lilikuwa Ili Kutukomboa Kutoka Torati

Sasa basi, baada ya kusoma kuwa, hata Manabii wa kwenye agano la kale walitabiri kukomeshwa kwa torati aliyo pewa Musa, kama ukielewa mambo haya, umeshatambua ya kwamba Agano Jipya siyo jambo la kupata Roho Mtakatifu ili wewe uweze 'kuishi kwa torati' wala 'kuwa chini ya torati' wala 'kushika torati ya Musa.'

Ndugu msomaji, kupitia Agano Jipya "Yesu Kristo" sisi huzaliwa mara ya pili toka juu, sisi huzaliwa na Mungu, sisi hutokana na Mungu, na tunaishi siyo kwa sheria bali kwa uzima ule ambao Mungu ameweka ndani yetu! Kama ilivyoandikwa, "kutahiriwa si kitu, wala kutokutahiriwa, bali KIUMBE KIPYA" na tena, "Hata imekuwa, mtu akiwa ndani ya Kristo amekuwa kiumbe kipya; ya kale yamepita tazama! Yamekuwa mapya, Lakini vyote pia vyatokana na Mungu." (Galatia 6:15; 2 Korintho 5:17,18). Na Petro anatangaza, "Tena kwa hayo ametukirimia ahadi kubwa mno, za thamani, ili kwamba kwa hizo mpate kuwa WASHIRIKA WA TABIA YA UUNGU…" (2 Petro 1:4)

Ni matumaini yangu na dua yangu kuwa hata mmoja ataguswa moyoni mwake kwa somo hili na Mungu afungue macho yako kuuona wokovu ule ambao uko ndani ya Kristo Yesu!

SURAH 12

KWANINI WAKRISTO WANAABUDU JUMAPILI?

Baada ya kujifunza sababu ya kukomeshwa kwa Sabato katika Sehemu ya Kumi na Moja, sasa tunagalie, kwanini Wakristo wanaabudu Jumapili.

Siku ya JUMAPILI, ambayo ndiyo siku ya kwanza ya juma, SIKU YA BWANA aliyoshinda mauti na kufufuka, Ufunuo 1:10, tunaitenga maalum kumwabudu Bwana:-

Wasabato na au Mafarisayo wa karne hii wamekuwa waliwashutumu Wakristo kuhusu siku halali ya kufanya ibada. Wakristo wanaoshika sheria ya siku ya sabato waliyo pewa wana wa Israel wamekuwa wakidai kuwa siku halali ya kufanya ibada ni Jumamosi, kadhalika, na Wakristo wanao fuata mafundisho ya Yesu na wanaofanya ibada zao siku ya Jumapili husema kuwa siku halali ya kufanya ibada ni siku ya Jumapili, na zaidi ya hapo wansema kuwa siku zote za Bwana ni halali kufanya ibada. Kama majadiliano haya yangefanywa kwa msingi wa kimaadiko, basi nina amini kabisa kwamba, kamwe kusingekuwa na mgogolo wowote, kwa kuwa Neno la Mungu liko wazi kabisa. Ni vema ifahamike kwamba, Mungu wetu anapenda sana kuona watoto wake wakimwabudu kila siku na kila saa, na wala siyo katika siku fulani au masaa fulani. Matendo 26:7 Biblia inasema, "Ambayo kabila zenu kumi na mbili wanataraji kuifikia, wakimwabudu Mungu kwa bidii mchana na usiku……"

Lakini kwa vile sisi ni wanadamu, na tunahitaji kufanya shughuli za kutupatia mkate wa kila siku, hatuwezi kufanya kusanyiko la kumwabudu Mungu kila saa, hivyo hatuna budi kuwa na siku maalumu za makusanyiko.

ANGALIZO:

Bwana Yesu, kupitia Mutme Paulo amefundisha wazi wazi kuhusu siku za kufanya makusanyiko;

UTHIBITISHO:

Warumi 14:5-6, Biblia inasema, "Mtu mmoja afanya tofauti kati ya siku na siku, mwingine aona siku zote kuwa sawasawa. Kila mtu na athibitke katika akili zake mwenyewe. Yeye aadhimishaye siku, huiadhimisha kwa Bwana; naye alaye hula kwa Bwana…….

Swala la siku ipi watu wafanye kusanyiko, lipo chini ya maamuzi ya watu husika, kwa kuwa siku zote ni sawa, wanaweza wakachagua siku fulani na wakawa wanafanya makusanyiko, kwa kuwa kila aadhimishaye siku huiadhimisha kwa Bwana. Kama watu wataamua kufanya makusanyiko kila siku bado ni jambo jema.

Kushika Siku, Siyo Njia Ya Kuokoka

Kushika siku yoyote hata iwe Jumapili, sio njia ya kuokoka.Tunaokolewa kwa kumuamini Yesu kuwa ni BWANA na MWOKOZI na sio kwa kushika siku yoyote [WARUMI 10:9-10,13].

Wokovu wetu siku hizi uko ndani ya Kristo, siyo kwa kushika Torati ya Musa. Kuna watu wasiijua Biblia tena hawaelewi hata Agano Jipya. Hawaelewi KWA NINI Yesu alikufa. Kwa mfano wanaposema, 'Imeandikwa katika Kutoka 20:8-11 lazima tushiike sabato!' Je! ina maana mtume Paulo alifundisha uongo? Au alitaka kutudanganya? Au Unafikiri Biblia inajipinga yenyewe? Je! Unaamini Biblia siyo neno la Mungu? Au kwa nini watu wanapenda kujizika katika Agano la Kale?

Hivyo basi, utaratibu wa kufanya makusanyiko ya ibada siku ya Jumapili haukuanzishwa na Mfalme Constantine kama wanavyodai baadhi ya watu. Kabla ya Mfalme Constantine, Mitume katika kanisa la kwanza walikuwa wakikusanyika siku ya Jumapili; 1 Wakorintho 16:1-2 tunasoma, "Kwa habari ya ile changizo kwa ajili ya watakatifu, kama vile nilivyoamuru makanisa ya Galatia, nanyi fanyeni vivyo. Siku ya kwanza ya juma kila mtu kwenu na aweke akiba kwake; kwa kadiri ya kufanikiwa kwake; ili kwamba michango isifanyike hapo nitakapo kuja." Pia Matendo 20:7-12 tunasoma, "Hata siku ya kwanza ya juma, tulipokuwa tumekutana kuumega mkate….." Kwa hiyo, watoto wa Mungu wanaweza wakamwabudu Mungu katika siku zote saba, kwani Mungu hatazami siku, bali anawatafuta waabuduo halisi, ambao wanamwabudu Baba katika Roho na pia katika Kweli (Yohana 4:23-24).

SASA TUSIANGALIE SABABU ZA MSINGI ZINAZOWAPELEKEA WAKRISTO KUFANYA JUMAPILI KUWA SIKU YAO KUU YA KUSANYIKO LA IBADA

UTHIBITISHO WA KWANZA:

Mungu alikwisha iweka katika Agano la kale siku ya Jumapili kama siku ya kusanyiko ikiwa kama kiashirio cha siku ya matumaini kwa Wafuasi wa Kristo, kwani siku hii ndiyo Bwana alifufuka; Kutoka 12:16 tunasoma, "Siku ya kwanza kwenu kutakuwa na kusanyiko takatifu, na siku ya saba kutakuwa na kusanyiko takatifu…" Kwa hiyo agizo la kukusanyika siku ya Jumapili lilianza tangu Agano la kale kama kiashirio na kuthibitika katika Agano jipya.

UTHIBITISHO WA PILI:

Jumapili ni sikukuu ya malimbuko au mazao ya kwanza ambayo ilifanywa katika Agano la Kale, siku ya pili baada ya sabato (on the morrow after the Sabbath) (Walawi 23:9-14), ambayo ilifanywa kama kivuli cha sikukuu ya kufufuka kwa Bwana wetu Yesu Kristo, ambaye ndiye limbuko lao waliolala mauti, mzaliwa wa kwanza katika wafu (1 Wakorintho 15:20; Wakolosai 1:18).

UTHIBITISHO WA TATU:

Jumapili ni siku ya ushindi wa Bwana wetu Yesu Kristo dhidi ya kifo na mauti. Alifufuka siku hiyo na kujidhihirisha kwa wanafunzi wake. Wokovu wetu unahusiana moja kwa moja na kufufuka kwa Yesu Kristo.

Kufa na kufufuka ndiko kunakomtofautisha Bwana Yesu na manabii wengine. Yohana 20:1tunasoma, "Hata siku ya kwanza ya juma Mariam Magdalene alikwenda kaburini alfajili, kungali giza bado; akaliona lile jiwe limeondolewa kaburini." Baada ya kufufuka siku ya kwanza ya juma ambayo ndiyo Jumapili, Bwana Yesu alikuwa akiwatokea wanafunzi wake siku ya kwanza ya juma, kuashiria kuwa hiyo ni siku ya matumaini wa wanafunzi wa Yesu (Yohana 1:19, 26). Kwa wanafunzi wa Yesu, siku ya Jumamosi haikuwa siku ya matumaini kwa kuwa siku hiyo bado Bwana alikuwa kaburini, na shetani na malaika zake bado walikuwa wakitamba siku hiyo. Kwa hiyo Jumapili ina maana kubwa sana kiroho kwa wanafunzi halisi wa Yesu.

UTHIBITISHO WA NNE:

Jumapili ndiyo siku aliyokuja duniani kiongozi mkuu wa kazi yote ya Mungu katika Kanisa yaani ROHO MTAKATIFU. Na huyu ndiye Bwana wa mavuno anayewapeleka watenda kazi shambani mwa Bwana. Roho Mtakatifu alikuja sawa sawa na ahadi ya Kristo, siku ya pentekoste ambayo ni Jumapili, siku inayofuata baada ya sabato (Matendo 2:1). Roho Mtakatifu alichagua kuja Jumapili ili kuanzisha siku mpya ya matumaini ya kumwabudu Mungu katika Roho na Kweli (Yohana 4:23-24.

UTHIBITISHO WA TANO:

Siku ya Pentekoste yaani Jumapili, ndiyo siku ya kwanza ambayo kanisa la kwanza la Mitume lilianza mahubiri kwa nguvu ya Roho Mtakatifu, na watu 3,000 wakaokoka na kubatizwa na kuanza kusanyiko la kwanza la ibada kanisani (Matendo 2:1-41). Torati ilipotambulishwa ilisababisha kuuawa kwa watu wengi sana, lakini neema na kweli ilipotambulishwa ilisababisha kuokolewa kwa watu wengi sana.

UTHIBITISHO WA SITA:

Wakristo wa Kanisa la kwanza la Mitume walikusanyika katika ibada siku ya kwanza ya juma yaani Jumapili (1Wakorintho 16:1-2). Mtume Paulo alifundisha katika ibada iliyofanyika siku ya kwanza ya Juma yaani Jumapili (Matendo 20:7-12). Neno linatuagiza kumfuata Paulo kama yeye anavyomfuata Kristo (1 Wakorintho 11:1), hivyo na sisi hatuna budi kufanya kusanyiko siku ya Jumapili. Pia ni muhimu kufahamu kuwa kanisa limejengwa chini ya msingi wa Mitume na Manabii na Kristo akiwa jiwe kuu la pembeni. Hivyo walichofanya Mitume na Manabii wa Yesu ndivyo nasi tunapaswa kufuata.

Lakini hata hivyo Wakristo halisi tunapaswa kujifunza Neno la Mungu na kumwomba Mungu kila siku na siyo Jumapili tu. Mitume walidumu ndani ya hekalu kila siku; (Matendo 2:46) tunasoma, "Na siku zote kwa moyo mmoja walidumu ndani ya hekalu, wakimega mkate nyumba kwa nyumba…."

Najua kuwa narejea kwenye mambo yale yale ambayo tayari nimekwisha yaandika hapo juu. Lakini mambo hayo ni ya kimsingi. Ni lazima tuyaelewe mambo hayo pale tunapoyaangalia maisha ya watu wa Agano la Kale! Kwa kupitia Biblia nzima tunajifunza sasa juu ya Yesu Kristo na wokovu wake. Lakini kama Biblia ni neno la Mungu (na ndivyo lilivyo) kwa nini basi waopo watu wanaopinga mpango wa Mungu kupitia mwanae Yesu Kristo ili waweze kubakia katika mpango wa kale ambaop Mungu mwenyewe ameuondoa?

"Atukuzwe Mungu, Baba wa Bwana wetu Yesu Kristo, aliyetubariki kwa baraka zote za rohoni, katika ulimwengu wa roho, ndani yake Kristo… Katika ungwana huo Kristo alituandika huru; kwa hiyo simameni, wala msinaswe tena chini ya kongwa la utumwa."

JE, SHERIA INAWEZA BATILISHWA?

Baada ya kusoma katika Sehemu ya Kumi na Mbili kwanini Wakristo wanasali Jumapili, basi tuendelee kuona Je, sheria inaweza batilishwa?

Maana ya Sheria:

Neno sheria lina maana nyingi. Lina maana kama;

.Desturi

.Kanuni, au

.Amri zilizo na lazima kufuatwa.

Vilevile neno sheria lina maana ya utaratibu wa maisha unaowekekewa kanuni zilizopitishwa na bunge; na pamoja na desturi zinazokabiliwa na Taifa zitumike kwa jamii (yaani sheria za mila). Ili kuakikisha kwamba sheria zinaheshimiwa na kufuatwa Taifa (Serikali) hutumia vyombo vya dola kama;

Polisi-kwa kuwakamata na kuwafikisha wahalifu mahakamani;

Mahakama-kwa kuwaadhibu wahalifu; na Magereza -kutekeleza adhabu ya mahakama kwa kuwafunga waalifu.

SASA TUJIFUNZE MAREKEBISHO YA SHERIA KATIKA AGANO JIPYA KUPITIA CHEKECHO LA MSALABA

Mungu habadiliki katika tabia na sifa zake, lakini Yeye mwenyewe amekuwa akiweka amri na kuzibadili kama apendavyo Yeye, katika vizazi mbalimbali. Na pia amekuwa akifanya maagano na vizazi mbalimbali kwa kadiri ya kusudi lake.

ADAM NA HAWA HAWAKUPEWA TORATI:

Adamu na Hawa hawakupewa torati, bali walipewa amri moja tu, yaani kutokula matunda ya mti wa ujuzi wa mema na mabaya kama Biblia inavyosema katika kitabu cha Mwanzo 2:16-17.

Mungu hakumpa Adamu amri ya 'usizini' kwa kuwa hakuwapo mwanamke mwingine ila mkewe Hawa. Vivyo hivyo hakumpa amri ya 'usiibe' kwa kuwa vitu vyote vilivyo kuwapo katika bustani ya edeni alipewa na Mungu kuwa vyake. Pia Mungu asingeweza kumwambia Adamu aheshimu wazazi wake kwa kuwa hawakuwapo. Katika maandiko hatuoni Mungu akimwagiza Adamu ashike sabato. Kwa hiyo zama za Adamu na Hawa walipewa amri moja tu.

AGANO LA MUNGU NA NUHU:

Tukija zama za Nuhu, tunaona Nuhu naye anafanya agano na Mungu na kupewa sheria zifuatazo katika Mwanzo 9:1-7; sheria ya kwanza Nuhu anaambiwa asile nyama pamoja na uhai wake yaani damu (Mwanzo 9:4-5), na sheria ya pili, Nuhu na kizazi chake wanakatazwa kuua (Mwanzo 9:6).

AGANO LA MUNGU NA IBRAHIMU:

Tukija kwa Ibrahimu tunaona Mungu anafanya agano na Ibrahimu na kumwambia awe mkamilifu (Mwanzo 17:1). Lakini pia anampa sheria mpya ya kutahiri nyama ya magovi yao, kitu ambacho Nuhu hakuamriwa kufanya.

SASA TUONE JINSI TORATI ILIVYO KUJA:

Baada ya kuja uzao wa Yakobo yaani wana wa Israeli, tunaona wanapewa torati na hukumu kupitia Musa. Hivyo basi, Mungu amekuwa akitoa amri na kuzibadili kizazi hadi kizazi. Kubadilika kwa sheria kulingana na nyakati si kitu kigeni, hayo ni mapenzi yake na hakuna mwanadamu wa kuhoji. Kazi yetu wanadamu kama watekelezaji wa amri za Mungu, ni kuwa na akili na kufahamu nyakati tulizo nazo, na amri zipi tunapaswa kuzitenda katika nyakati hizi tulizo nazo.

Maadiko katika kitabu cha 1 Nyakati 12:32 yanasema, "Na wana wa Isakari, watu wenye akili za kujua nyakati, kuyajua yawapasayo Israeli wayatende; vichwa vyao walikuwa watu mia mbili na ndugu zao wote walikuwa chini ya amri yao." Siyo kwa sababu Ibrahimu aliambiwa na Mungu kutahiri mtoto wa kiume wa siku nane, na sisi katika Agano jipya tufanye hivyo, la hasha.

SISI TUPO KATIKA AGANO JIPYA NA SIO AGANO LA KALE:

Leo sisi hatumo katika maongozi ya Agano la kale likiongozwa na torati, bali tumo katika maongozi ya Agano jipya tukiongozwa na sheria ya Kristo (Wagalatia 6:2) na siyo na torati ya Musa.

MAREKEBISHO YA SHERIA KATIKA AGANO JIPYA

Marekebisho ya sheria katika Agano jipya, inajumuisha vitu vifuatavyo; kwanza, kupitishwa kwa baadhi ya sheria kutoka katika Agano la kale kama zilivyo; pili, kupitishwa kwa sheria za Agano la kale baada ya kufanyiwa maboresho; tatu, kutopitishwa kabisa kwa baadhi ya sheria za Agano la kale, sheria hizo ni kama kushika sabato, makatazo ya baadhi ya vyakula pamoja na kuondolewa kwa hukumu; na nne, kuwekwa kwa sheria mpya.

TORAJI ILIKUWA NI SHERIA YENYE KIVULI:

Katika kutopitishwa kabisa kwa baadhi ya sheria katika Agano la kale, Bwana Yesu, aliziondoa sheria ambazo zilikuwa ni kivuli yaani zilizoashiria kitu fulani kijacho, mfano sabato (pumziko) ilikuwa ni kivuli au ishara iliyomwashiria kuja kwa Bwana Yesu ambaye ndiye pumziko halisi, ni kwa sababu hiyo basi, kushika sabato katika Agano jipya kuliondolewa na chekecho la msalaba, kwa kuwa sheria hii ilimwakilisha Bwana Yesu mwenyewe kama pumziko halisi (sabato). Hivyo kwa vile pumziko (sabato) mwenyewe amekuja, haina haja ya kuendelea kushika kivuli au ishara.

Pia kuna sheria za Agano la kale ambazo zimepita katika Agano jipya lakini baada ya Bwana Yesu, kuzifanyia marekebisho kwa kuziboresha, yaani kuziweka kiroho zaidi. Kwa ujumla sheria kuu katika torati, ambazo ziligoma kupita kwenye chekecho la msalaba ni Kushika sabato, sheria ya makatazo ya vyakula na hukumu za torati.

BWANA YESU HAKUSHIKA SABATO:

Kuhusu sabato, Bwana Yesu hakushika sabato na wala hakuwaruhusu wanafunzi wake kushika sabato kama tulivyokwisha kuona hapo nyuma kwa upana sana (Marko 2:23-28; Yohana 9:16; Yohana 5:16-18);

Pia katika torati walikatazwa kula baadhi ya vyakula yaani wanyama n.k, lakini katika Agano jipya, Bwana Yesu aliwaagiza mitume wake wale chochote watakachowekewa mbele yao, tena wale bila kuuliza, maandiko yafuatayo yanatupa mwongozo wa kula vyakula vyote (Luka 10:8; Marko 7:18-20; Mathayo 15:11; Tito 1:15; Wakolosai 2:16; 1 Timotheo 4:3-5; Warumi 14:14, 20; Matendo 11:6-9);

Kadhalika kuhusu hukumu walizopewa wana wa Israeli nyakati za Musa, Bwana Yesu alipokuja, aliziondoa kwa kusema, "Msihukumu msije mkahukumiwa." (Mathayo 7:1-2; Luka 6:37).

BWANA YESU ANAREKEBISHA SHERIA:

Katika Mathayo 5:21-43 tunaona Bwana Yesu akifanya marekebisho ya sheria kwa uwazi kabisa tena mbele za watu, Mathayo 5:21-22 "Mmesikia watu wa kale walivyowaambia, Usiue…..Bali mimi nawaambieni….."

Bwana Yesu hapa anairekebisha sheria kwa kuiboresha. Mathayo 5:27-28, "Mmesikia kwamba imenenwa, Usizini, lakini mimi nawaambia kila amtazamaye mwanamke kwa kumtamani, amekwisha kuzini naye moyoni…" Mathayo 5:31-32, "Imenenwa pia, mtu akimwacha mkewe, na ampe hati ya talaka; lakini mimi nawaambia kila mtu amwachaya mkewe…….." Kwa ujumla ukisoma Mathayo 5:21-43 yote utaona jinsi Bwana alivyofanya marekebisho ya sheria.

KUHANI MPYA NA SHERIA MPYA

Moja ya utofauti kati ya Agano la kale na Agano jipya ni ukuhani. Katika Agano la kale Kuhani alikuwa ni mwanadamu ambaye ni Haruni na uzao wake (mdhambi).

Lakini katika Agano jipya kuhani ni Mungu mwenyewe yaani Yesu Kristo (Mkamilifu).

UTHIBITISHO:

Na maandiko katika kitabu cha Waebrania 7:12 yanasema, "Maana ukuhani ule ukibadilika, hapana budi sheria nayo ibadilike"

Kuhani wa Agano la kale alikuwa ni kuhani wa sheria ya amri iliyo ya jinsi ya mwili, lakini kuhani wa Agano jipya ambaye ni Yesu Kristo, Yeye ni kuhani wa sheria ya nguvu za uzima usio na ukomo kama Neno la Mungu linavyosema katika Waebrania 7:16, "Asiyekuwa kuhani kwa sheria ya amri iliyo ya jinsi ya mwili, bali kwa nguvu za uzima usio na ukomo."

Kwa hiyo ni dhahiri kabisa, kwamba kwa kuwa kuhani amebadilika na sheria nayo katika Agano jipya imebadilika.

SURAH 14

MAANA YA KUSHIKA SABATO

Baada ya kujifunza kuwa Adam na Hawa hawakupewa torati au sheria ya kutunza siku ya saba. Sasa tuangalie maana ya kushika Sabato.

JE, AMRI KATIKA TORATI NI ZIPI?

Kushika sabato, makatazo ya vyakula au vinywaji na hukumu, ni miongoni mwa amri katika torati ya Musa. Na amri hizi, Bwana Yesu, hakuzipitisha katika Agano la jipya kama tulivyokwisha kuona katika sura zilizopita. Kwa hiyo, amri hizo, si miongoni mwa sheria za Kristo (Wagalatia 6:2).

Kimsingi, unapofundisha au kuishika torati ya Musa, unawapofusha watu wasione kazi ya msalaba, hivyo watu hao watajiita wakristo, lakini ni watu wenye tabia za mwilini. Kadhalika unapofundisha na kuyashika maagizo ambayo yapo kinyume na mmiliki wa mbingu, ambaye ni Bwana Yesu Kristo, ni wazi kabisa huko ni kujiweka au kuwaweka watu karibu na shimo la jehanamu ya moto.

Kwa kawaida mtu anayeisogelea torati ya Musa (kushika sabato, makatazo ya vyakula na vinywaji), hutafuta tamaa za dhambi na hatimaye mtu huyo huzalia mauti; Warumi 7:5 tunasoma, "Kwa maana tulipokuwa katika hali ya mwili, tamaa za dhambi, zilizokuwapo kwa sababu ya torati, zilitenda kazi katika viungo vyetu hata tukaizalia mauti mazao."

Washika Torati Katika Agano Jipya Au Karne Hii ni Wanafunzi wa Musa na Wala Si Wanafunzi wa Yesu

Lakini pia, mtu anayeshika torati ya Musa katika nyakati hizi za Agano jipya yaani kushika sabato na makatazo ya vyakula au vinywaji n.k, mtu huyo huitwa mwanafunzi wa Musa na wala si mwanafunzi wa Yesu, kwa kuwa torati ilikuja kwa mkono wa Musa na neema na kweli kwa mkono wa Kristo (Yohana 1:17). Hata kama mtu anamtaja Bwana Yesu, na mtu huyo akawa anashika sheria za Musa yaani kushika sabato makatazo ya vyakula au vinywaji n.k, bado mtu huyo ataendelea kutafunwa na nguvu ya torati. Na zifuatazo ni dalili za mtu anayemtaja Yesu lakini bado nguvu ya torati inamtafuna;

UTHIBITISHO WA KWANZA:

Mtu huyu huwa na tabia ya unafiki (nje huonekana ni mtakatifu lakini rohoni ni mdhambi)-Mathayo 6:2; Mathayo 23:25-28. Mafarisayo walikuwa na tabia hii, hivyo na mtu anayeshika torati atakuwa na tabia hii.

UTHIBITISHO WA PILI:

Mtu huyu huwa na tabia ya kupenda kubishana, kwa kuwa torati inamfanya asiwe rohoni. Hushawishika kwa hekima yenye kushawishi akili na si kwa dalili za roho na nguvu (1 Wakorintho 2:4-5).

UTHIBITISHO WA TATU:

Mtu huyu huwa na tabia ya kujihesabia haki, wakati wote hujiona sahihi, wakati amepotea, nguvu ya torati humpofusha asione ukweli (Mathayo 7:1-2).

UTHIBITISHO WA NNE:

Mtu wa namna hii, huwa na tabia ya kuinadi sheria moja ambayo anaimudu kuishika, mfano, anaweza kuwa mtu huyo anashika sana sheria ya sabato, basi atainadi hiyo sabato kuliko kumnadi Kristo. Hata kama atamwona mtu anafanya uasherati, ili mradi anashika sabato, huyo kwake ni mtakatifu.

UTHIBITISHO WA TANO:

Mtu wa namna hii huwa na tabia ya kuwaudhi walio zaliwa kwa roho yaani waliookoka; Wagalatia 4:29 tunasoma, "Lakini kama vile siku zile yule aliyezaliwa kwa mwili alivyomwudhi yule aliyezaliwa kwa Roho, NDIVYO ILIVYO NA SASA."

UTHIBITISHO WA SITA:

Mtu huyu huwa na juhudi ya kumtumikia Mungu lakini si katika Roho na kweli, hivyo huwafanya waongofu wawe wana wa jehanamu mara mbili (Mathayo 23:15)

UTHIBITISHO WA SABA:

Mtu wa namna hii huwa na wema wa kujionesha mbele za watu na si wema halisi (Mathayo 6:1)

UTHIBITISHO WA NANE:

Ni ngumu mtu wa namna hii kushinda dhambi, kwa sababu ya nguvu ya torati inayomkalia kutenda dhambi.

UCHUNGUZI KUHUSU WAANZILISHI WA DINI YA ADVENTIA "SABATO":

Ukifanya uchunguzi wa kina, utagundua kuwa, waanzilishi wa dhehebu la wanaoshika sabato, hawakuwa wanatheolojia na watu waliojua maandiko; na wala hawakukaa chini ya mafundisho ya wachungaji wao. Mwanzilishi wa Kwanza ni Mmarekani aitwaye William Miller, alizaliwa Pittsfield, Massachusetts, mwaka 1782 na kufariki mwaka 1849. Mtu huyu aliacha ukristo, lakini baadaye aliamua kurudi tena kwenye ukristo mwaka 1816, na ndiye aliyeleta mafunuo ya uongo ya kurudi kwa Bwana Yesu mwaka 1844, hata kusababisha hasara na mtafaruku mkubwa sana miongoni mwa wafuasi wake (Wana majilio-Adventists). Mwanzilishi wa pili ni Hiram Edson, huyu alikuwa ni mfuasi wa Miller, na ndiye aliyechangia mafundisho potofu ya hukumu ya upelelezi kwenye dhehebu hilo, baada ya unabii wao wa kurudi kwa Yesu kutotimia. Mwanzilishi wa tatu ni aliyekuwa baharia zamani, mtu aitwaye John Bates, huyu bwana ndiye aliyetoa mchango mkubwa wa kurudisha sabato ya Agano la kale. Na ndiye wa kwanza kutoa mafundisho ya uongo kwamba, Jumapili ni alama ya mnyama, bali siku ya sabato ndiyo muhuri wa Mungu kwa watu wake walio waaminifu. Mwanzilishi wanne ni Bwana James na mke wake aitwaye Ellen Gould White, hawa ndiyo waliouendeleza usabato kuliko mtu mwingine yeyote. James na mkewe walijiunga na Miller mwaka 1840 na 1842 na hii iliwapelekea kutengwa na kanisa lao la Methodist. Ellen ndiye aliyekuja kuyakazia mafundisho ya kushika sabato, baada ya kudai kuwa alipelekwa mbinguni na kukuta katika amri kumi za Mungu amri ya nne ya kushika sabato, ilikuwa iking'aa kuliko zote.

Mwana mama Ellen White anatia msisitizo kwa kusema amri ya nne kati ya zile kumi ni ya juu zaidi na kuzungukwa na duara linalong'aa na ilitengwa kutunza heshima ya jina la Mungu!

Mwana mama huyu wa Kisabato anaendelea kudai kuwa kama amri ya nne inaweza kuvunjwa au batilishwa basi amri nyngine zote zinaweza kuvunjwa! (Maandishi ya awali ya Ellen G. White, uk .32,35). Labda hii inaweza kukusaidia kuelewa kwa nini Waadventista wengi wanasema kwamba kama tusipotunza sabato ni sawa na kusema tunaweza kufanya dhambi za kuvunja amri nyingine tisa! Hawaelewi kabisa Agano Jipya wanaposema "kama tunaweza kuvunja sabato ni sawa na kusema tunaweza kuzini!"

(Haishangazi Waadventista hawawezi kusikia au kuelewa tunayosema wakati akili zao zimepofushwa na roho hii ya udanganyifu). Akili za Waadventista zimepotoshwa na mafundisho ya huyu Mama Ellen G. White, na matokeo kwamba kushika sheria ni sehemu muhimu ya dini yao na ni aina hii ya dini ambayo Paulo alihubiri dhidi yake katika barua yake kwa Wagalatia.

Tunaona kuwa mafundisho ya Wasabato juu ya siku ya saba hayatokani na maandiko Matakatifu bali yanatokana moja kwa moja na maono ya Ellen White ambayo yaliipa sheria nafasi ya kwanza badala ya Yesu Kristo. Nao Waadventista walitafsiri maandiko kufuatana na maono yake, na kwa kufanya hivyo wanapotosha maandiko yote!

Kimsingi, hawa waanzilishi wote hawakuwa watu walioijua Biblia bali walienda kwa nguvu ya upeo mdogo wa kimaandiko waliokuwa nao. Kubwa zaidi ni nguvu ya pesa katika kueneza mafundisho, na hata kufanya kusambaa sehemu kubwa hususani Afrika.

Watoto wa Mungu, ni lazima tutambue kuwa sisi sote tumeokolewa kwa neema, na wala si kwa matendo ya sheria (Waefeso 2:8-9). Kama tutaishi kwa kufuata mambo ya mwili, hapo tunataka kufa, bali kama tutayafisha matendo ya mwili kwa roho, hapo tutaishi, kwa kuwa wanaongozwa na Roho, hao ndiyo wana wa Mungu (Warumi 8:13-14).

Je, ni haki kwa Mkristo kutunza Sabato?

Sabato ilipewa kwa Waisraeli, si Kanisa. Sabato bado ingali siku ya Jumamosi si Jumapili na haijawai badilishwa. Bali sabato ni sehemu ya sheria ya Agano La Kale na Wakristo wako huru kutoka kwa mkono wa sheria (Wagalatia 4:1-26; Warumi 6:14). Wakristo hawitakiwi kuitunza sabato hata kama iko siku ya Jumamosi au Jumapili. Siku ya kwanza ya juma, siku ya Bwana (Ufunuo 1:10) za sherekea kiumbe kipya Kristo aliyefufuka akiwa kiongozi wetu. Hatujaamrishwa kiufuata sheria ya Musa ya sabato ya kustarehe, bali tuko huru kumfuata Kristo aliyefufuka. Mtume Paulo alisema kwamba kila mkristo amue mweneyewe kama ataifuata sabato, "Mtu mmoja afanya tofauti kati ya siku na siku; mwingine aona siku zote kuwa sawasawa. Kila mtu na athibitike katika akili zake mwenyewe" (Warumi 14:5). Twastahili kumwabudu Mungu kila siku, si Jumamosi pekee or Jumapili pekee.

Lengo la Mungu kupeana sabato kwa Waisraeli haikuwa kukumbuka uumbaji, bali waukumbuke utumwa wa Wamisri na kule kuokolewa na Bwana. Kumbuka yanayohitajika kwa kuitunza sabato: mtu aliyewekwa chini ya hiyo sheria hangeweza kutoka kwa boma yake (Kutoka 16:29), hangewakisha moto (Kutoka 35:3), angeruhusu mtu yeyote kufanya kazi (Kumbukumbu La Torati 5:14). Mtu mwenye angivunja shreria ya sabato angeuwawa (Kutoka 31:15; Hesabu 15:32-35).

Uchunganusi wa ukurasa wa Agano Jipya watuonyesha mambo mane muimu: 1) Popote Kristo alionekena baada ya kufufuka kwake na siku zimetajwa, kila wakati ni siku ya kwanza ya Juma (Mathayo 28:1,9, 10; Mariko 16:9; Luka 24:1,13,15; Yohana 20:19, 26). 2) Wakati pekee sabato imetajwa kutoka kwa kitabu cha Matendo ya Mitume hadi ufunuo ni kwa sababu ya lengo la uinjilisti kwa Wayahudi kwenye Masinagogi (Matendo Ya Mitume 13-18). Paulo aliandika, "Nilikuwa kama Myahudi kwa Wayahudi, ili niwapate Wayahudi" (1 Wakorintho 9:20). Paulo hakuenda kaitka Masinagogi kuwa na ushirika na kuwajenga waumini, bali alienda ili awathibitishie injili na kuwaokoa walikuwa wamepotea. 3) Mara moja Paulo anasema, "tangu sasa nitakwenda kwa watu wa Mataifa" (Matendo Ya Mitume 18:6), sabato tena haitajwi kamwe. Na 4) Badala ya kupendekeza kuwa waitunze siku ya sabato, sehemu nyingine ya Agano Jipya iliyobaki yasema kinyume (ikijumulisha sehemu ya tatu ilioachwa nche hapo juu, inapatika katika Wakolosai 2:16).

Kwa kuingalia hoja ya nne kwa makini, tutafumbua kwamba, hakuna jukumu lolote la kuitunza sabato kwa waumini wa Agano Jipya. Pia tutaonyesha kuwa dhana ya Jumapili "Sabato ya Wakristo" si ya kibibilia. Vile imejadiliwa hapo juu, hakuna wakati sabato imetajwa baada ya Paulo kuanza kuangazia Mataifa, "Basi mtu asiwahukumu ninyi katika vyakula au vinywaji, au kwa sababu ya sikukuu au mwandamo wa mwezi, au sabato; mambo hayo ni kivuli cha mambo yajayo; bali mwili ni wa Kristo" (Wakolosai 2:16-17). Sabato ya Kiyahudi ilifutiliwa msalabani hamali ambapo Kristo "Akiisha kuifuta ile hati iliyoandikwa ya kutushitaki" (Wakolosai 2:14).

Wazo hili limerudiwa zaidi ya mara moja katika Agano Jipya: "Mtu mmoja afanya tofauti kati ya siku na siku; mwinginie aona siku zote kuwa sawasawa. Kila mtu na athibitike katika akili zake mwenyewe. Yeye aadhimishaye siku huiadhimisha kwa Bwana" (Warumi 14:5-6a). "Bali sasa mkiisha kumjua Mungu, au zaidi kujulikana na Mungu, kwa nini kuyarejea tena mafundisho ya kwanza yaliyo manyonge, yenye upungufu, ambayo mnataka kuyatumikia tena? Mnashika siku, na miezi, na nyaktati, na miaka" (Wagalatia 4:9-10).

Ni siku gani ya sabato, Jumamosi au Jumapili?

Wakristo wastahili kuitunza hii siku?

Twastahili kumwabudu Mungu kila siku,

Jumamosi pekee or Jumapili pekee.

Mungu awabariki sana,

Dkt. Maxwell Shimba

Shimba Theological Institute

* 9 7 9 8 3 4 8 2 2 3 7 4 8 *